समृद्ध जीवन जगण्याची गुरूकिल्ली!

व्यक्तिमत्त्व अधिक प्रभावी कसे बनवाल?

डॉ. अरुण कुळकर्णी

डायमंड पब्लिकेशन्स

व्यक्तिमत्त्व अधिक प्रभावी कसे बनवाल?
डॉ. अरुण कुळकर्णी

Vyaktimatva Adhik Prabhavi Kase Banval ?
Dr. Arun Kulkarni

प्रथम आवृत्ती : २०१४
पुनर्मुद्रण : २०२१

ISBN 978-81-8483-559-5

अक्षरजुळणी
डायमंड पब्लिकेशन्स, पुणे

मुखपृष्ठ
शाम भालेकर

मुद्रक

प्रकाशक
डायमंड पब्लिकेशन्स
२६४/३ शनिवार पेठ, ३०२ अनुग्रह अपार्टमेंट
ओंकारेश्वर मंदिराजवळ, पुणे-४११ ०३०
☎ ०२०-२४४५२३८७, २४४६६६४२

info@dpbooks.in
www.dpbooks.in

मनोगत

आपण वैभवसंपन्न जीवन जगावं असं कोणालाही वाटू शकतं, आणि हे अगदी स्वाभाविक आहे. कारण, वैभव किंवा भरभराट हे यशस्वी जीवनाचं प्रतीक असल्याचं बरेच जण मानतात. अर्थात यशाच्या या संकल्पनेत चांगलं करिअर बनवणं या गोष्टीला विशेष महत्त्व प्राप्त झाल्याचं दिसून येतं.

मात्र, एखाद्याचं करिअर चांगलं असल्यामुळे जरी त्याला व्यावसायिक जीवनात 'टॉप पोझिशन' मिळू शकली तरी, यामुळे त्याला एक 'टॉप व्यक्ती' म्हणूनही आपोआप लौकिक प्राप्त होतो असं म्हणता येणार नाही, कारण, ज्याला टॉप पोझिशन प्राप्त झालेली आहे तो, एक 'व्यक्ती' म्हणूनही सर्वांना आवडेल आणि सर्वांच्या आदराला पात्र ठरेल असं नाही. हे त्याच्यासाठी तेव्हाच शक्य होईल, जेव्हा चांगला माणूस म्हणवून घेण्यासाठी जो विकास त्याच्यात व्हायला हवा तो त्याच्यात घडून येईल.

ज्याला आपण एक 'चांगला माणूस' म्हणून ओळखलं जावं असं वाटत असेल त्याने इतरांना नीट समजून घेणं, त्यांच्या भावनांची कदर करणं, त्यांच्याशी मिळूनमिसळून वागणं आणि वागण्यात मनमोकळेपणा ठेवणं यासारखी वर्तनकौशल्ये हस्तगत करणं आवश्यक आहे.

यावरून हे स्पष्ट होईल की, एक चांगली व्यक्ती बनणं हे जर आपण आपलं उद्दिष्ट मानलं तर आपलं वर्तन प्रभावी बनवल्याशिवाय ते साध्य होऊ शकणार नाही. जर आपण वर्तन प्रभावी बनवू शकलो तर त्यातून साकारणारं आपलं व्यक्तिमत्त्व प्रभावी म्हणूनच संबोधलं जाईल. अर्थात, 'वर्तनातून साकारणारं व्यक्तिमत्त्व प्रभावी बनण्यासाठी काय करावं' हाच या पुस्तकाचा विषय आहे. या विषयाशी संबंधित प्रस्तुत लेखकाचे बरेच लेख नागपूरहून प्रसिद्ध होणाऱ्या दै. तरुण भारत या प्रतिष्ठित वर्तमानपत्रातून प्रकाशित झाले आहेत. ते आवडल्याच्या बऱ्याच लिखित आणि मौखिक प्रतिक्रिया वाचकांकडून प्राप्त झाल्यावर एका छोटेखानी पुस्तकाच्या स्वरूपात हा विषय हाताळण्याची कल्पना पुढे आली. ती डायमंड पब्लिकेशन्स, पुणे या प्रकाशन संस्थेचे प्रमुख श्री. दत्तात्रेय पाष्टे यांनी उचलून धरली. त्यांच्याच पुढाकाराने 'व्यक्तिमत्त्व अधिक प्रभावी कसे बनवाल?' हे पुस्तक प्रकाशित होत आहे. या सक्रिय सहकार्याबद्दल श्री. दत्तात्रेय पाष्टे आणि पुस्तक निर्मितीच्या प्रक्रियेत सहभागी झालेल्या डायमंड पब्लिकेशन्स या संस्थेतील त्यांच्या सहकाऱ्यांचा मी आभारी आहे.

डॉ. अरुण कुळकर्णी

डॉ. अरुण कुळकर्णी

लेखक परिचय

'वर्तनातून व्यक्तिमत्त्व प्रभावी कसं बनवावं' हा विषय डॉ. अरुण कुळकर्णी, माजी मानसशास्त्र विभाग प्रमुख, राष्ट्रसंत तुकडोजी महाराज नागपूर विद्यापीठ, नागपूर यांनी गेली कित्येक वर्षे सातत्याने हाताळला आहे. या विषयाशी संबंधित त्यांचे अनेक उद्‌बोधनपर लेख नागपूरच्या दै. लोकमत आणि दै. तरुण भारत यासारख्या प्रतिष्ठित वर्तमानपत्रांमध्ये प्रकाशित झाले आहेत. याशिवाय विविध संस्था आणि कार्यसंघटनांमध्ये 'व्यक्तिगत प्रभाव' या विषयावरील कार्यशाळांमध्ये आणि प्रशिक्षण कार्यक्रमांमध्ये त्यांनी मार्गदर्शन केलं आहे.

'करिअर काउन्सेलिंग' या क्षेत्रातही डॉ. कुळकर्णी सक्रिय आहेत. मानसशास्त्रीय चाचण्यांच्या साहाय्याने कोणी कोणतं व्यावसायिक क्षेत्र निवडावं यासंबंधीचं मार्गदर्शन ते करत असतात. आजपर्यंत अनेकांनी त्यांच्या या सेवेचा लाभ घेतला आहे. ते नागपूर विद्यापीठाच्या मानसशास्त्र विभागात प्राध्यापक म्हणून कार्यरत असताना त्यांच्या कार्यकाळात या विभागात सामान्य नागरिकांच्या सोयीसाठी त्यांनी समुपदेशन केंद्राची स्थापना केली.

इंडियन इन्स्टिट्यूट ऑफ टेक्नॉलॉजी, खरगपूर या ख्यातनाम राष्ट्रीय पातळीवरील संस्थेतून डॉ. कुळकर्णी यांनी १९६६ मध्ये औद्योगिक मानसशास्त्रातील उच्च शैक्षणिक अभ्यासक्रम यशस्वीपणे पूर्ण केला. पुढे त्यांनी याच विषयात अनेकांना आचार्य पदवी स्तरावर मार्गदर्शन केलं. एकूण १६ अभ्यासकांनी त्यांच्या मार्गदर्शनाखाली आचार्य पदवी प्राप्त केली. शिवाय १३ जणांनी एम. फिल. ही पदवी त्यांच्या मार्गदर्शनाखाली प्राप्त केली.

मानसशास्त्र विभागप्रमुख या पदाव्यतिरिक्त नागपूर विद्यापीठाचे डायरेक्टर, बी.सी.यू.डी. आणि नागपूर विद्यापीठाच्या बिझनेस मॅनेजमेंट विभागाचे डायरेक्टर ही पदेही त्यांनी भूषविली आहेत.

औद्योगिक आणि सामान्य मानसशास्त्र या विषयांवरील नागपूर आणि पुणे विद्यापीठांच्या अभ्यासक्रमानुसार त्यांनी लिहिलेली पाठ्यपुस्तके प्रकाशित झाली आहेत. साहित्य आणि मानसशास्त्र या दोन विद्याशाखांमध्ये 'मानवी वर्तनाची उकल' हा विषय वेगवेगळ्या पद्धतींनी हाताळला जातो. विषय एकच असल्यामुळे या दोन ज्ञानक्षेत्रांमध्ये समन्वय साधण्याच्या संदर्भात डॉ. कुळकर्णी यांचे काही लेख विदर्भ साहित्य संघाच्या 'युगवाणी' या पत्रिकेत प्रसिद्ध झाले असून १९९१ चे उत्कृष्ट लेखाचे कै. पां. ब. गाडगीळ स्मृती पारितोषिक त्यांना प्राप्त झाले.

डॉ. कुळकर्णी रोटरी क्लब ऑफ नागपूर फोर्ट या समाजसेवी संस्थेचे माजी अध्यक्ष आहेत. २००५-२००६ या वर्षात त्यांच्या मार्गदर्शनाखाली आर्थिकदृष्ट्या कमकुवत कुटुंबांमधील विद्यार्थ्यांमध्ये अभ्यासातील मागासलेपण घालवून त्यांच्यात शैक्षणिक प्रगती घडवून आणण्यासाठी 'उन्नती' हा प्रकल्प क्लबतर्फे राबविण्यात आला. गोंदिया ते देवळाली या प्रदेशातील एक सर्वोत्कृष्ट प्रकल्प म्हणून 'रोटरी इंटरनॅशनल' या अमेरिकेत स्थित असलेल्या रोटरी मुख्यालयातर्फे या प्रकल्पाला पुरस्कृत करण्यात आलं.

अनुक्रम

१

संकल्प : एक प्रभावी व्यक्ती बनण्याचा

'आपण जे जीवन सध्या जगत आहोत ते वैभवसंपन्न आहे असं म्हणता येईल का?' हा प्रश्न बऱ्याचजणांच्या मनात सतत घोळत असतो. कारण टुमदार बंगला, चांगली गाडी आणि ज्यांच्यामुळे राहणीमानाचा दर्जा उंचावतो अशा अनेक महागड्या वस्तूंवर वैभव अवलंबून असतं, अशी त्यांची धारणा असते आणि साहजिकच यापैकी आपल्याकडे 'काय आहे नि काय नाही' याच विचारात ते सदैव गुरफटलेले असतात. यावरून वैभव हे जीवनाच्या यशस्वितेचं द्योतक असल्याचं बरेचजण मानतात, असं दिसतं. अर्थात यशाच्या अशा संकुचित संकल्पनेत नोकरी किंवा व्यवसाय आणि त्यातून निष्पन्न होणारं अर्थार्जन या गोष्टींना नको तितक्या जास्त प्रमाणात महत्त्व दिलं जातं.

मात्र, व्यावसायिक यश हाच संपूर्ण जीवनाच्या यशस्वितेचा एकमेव मापदंड असतो, असा आग्रह धरून चालेल का? कारण करिअर चांगलं असल्यामुळे जरी एखाद्याला व्यावसायिक जीवनात 'टॉप पोझिशन' मिळू शकली तरी यामुळे त्याची गणना 'टॉप व्यक्ती' म्हणूनच होत असते, असं म्हणता येणार नाही. या संदर्भातील वस्तुस्थिती ही आहे की, इतरांना समजून घेणारे, त्यांच्या भावनांची कदर करणारे, सच्च्या दिलाने त्यांच्याशी जवळीक साधणारे आणि मोकळ्या मनाने त्यांच्याशी वागणारे लोक सर्वांनाच आवडतात. पण व्यावसायिक क्षेत्रात ज्यांनी यशाचं उत्तुंग शिखर गाठलेलं आहे असे सर्वच लोक अशा पद्धतीने वागत असल्याचे आढळतात काय? खचितच नाही. कारण, बरेचजण असे असतात, की यशस्वी होण्यासाठी आवश्यक असलेलं तांत्रिक ज्ञान आणि कौशल्यं त्यांच्याजवळ असल्याने त्यांची तारीफ केली जाते जरूर, पण एक चांगली व्यक्ती म्हणूनही त्यांची प्रशंसा केली जाते असं मात्र नाही. म्हणूनच एरवी आपल्या व्यवसायात वाकबगार म्हणून ओळखले जाणारे बरेचजण त्यांच्या विचित्र आणि कोणालाही खटकेल अशा वागण्यामुळे लोकांना नकोसे वाटतात.

एका मोठ्या कंपनीत एकाजणाला 'मुख्य उत्पादन व्यवस्थापक' या पदावर बढती मिळाली. तो त्याच्या कार्यक्षेत्रात अत्यंत वाकबगार समजला जात होता. तांत्रिक ज्ञान आणि कौशल्यं या बाबतीत त्याची बरोबरी करू शकेल असं दुसरं कोणीच नव्हतं. एवढंच नव्हे, तर त्याच्या क्षेत्रात कॉम्प्युटरचा उपयोग कसा करून घ्यायचा याचंही तंत्र त्याला अवगत होतं. त्याच्यातल्या या पात्रतेमुळेच तो उत्पादन प्रमुख या पदावर आरूढ होऊ शकला. पण, इतरांकडून काम करवून घेण्यासाठी ज्या नेतृत्वकुशलतेची गरज असते, त्यात मात्र तो फारच कमी पडत होता. इतरांच्या गरजा, त्यांना भेडसावणाऱ्या समस्या आणि कार्य उत्तम रीतीने पार पाडण्यासाठी आवश्यक असलेल्या क्षमता लक्षात घेऊन कोणत्या पद्धतीने त्यांच्याकडून काम करवून घ्यावं, हे त्याला कधीच जमलं नाही. उलट तो सगळ्यांशीच उद्धटपणे वागून दमदाटीने त्यांच्याकडून काम करवून घ्यायचा. याचा व्हायचा तोच परिणाम झाला. कोणालाच तो आवडत नव्हता व म्हणून 'धाकदपटशाखाली आमच्याकडून काम करवून घेणाऱ्या या माणसाच्या संगतीत आम्ही राहू शकत नाही' असा सर्वांनी त्याच्या विरोधात पवित्रा घेतला. त्याच्या अशा सदोष वर्तनामुळे त्याच्या पुढल्या बढतीची शक्यता तर मावळलीच आणि शिवाय त्याने नोकरीचा राजीनामा देऊन कंपनीतून मोकळं व्हावं, असंही त्याला सांगण्यात आलं.

एकंदरीत, तांत्रिक ज्ञान आणि कौशल्यं किंवा बौद्धिक क्षमता यासारख्या वैशिष्ट्यांना उत्तम करिअर बनवण्याच्या संदर्भात जरी अतिशय महत्त्व दिलं जात असलं तरी, एक 'उत्तम व्यक्ती' म्हणून लौकिक संपादन करायचा झाल्यास विविध वर्तनकौशल्यं विकसित करून वर्तन प्रभावी बनवण्याचा कसोशीने प्रयत्न होणं अत्यंत जरुरीचं आहे. हे यासाठी की, आपल्या वागण्यातूनच आपण कसे आहोत, म्हणजेच आपल्या व्यक्तिमत्त्वाची घडण कशी आहे, याचा संकेत इतरांना मिळतो. साहजिकच प्रभावी वर्तनातून अभिव्यक्त होणाऱ्या व्यक्तिमत्त्वाचं वर्णन 'प्रभावी' असंच केलं जाण्याची शक्यता असते. हे लक्षात घेऊन आपला व्यावसायिक दर्जा श्रेष्ठ असल्यामुळे व्यक्ती म्हणूनही आपण श्रेष्ठच ठरतो, असा स्वतःबद्दल चुकीचा समज कोणीही करून घेऊ नये. उलट ज्याला जीवनात खऱ्या अर्थाने यशस्वी व्हायचं असेल त्याने 'एक चांगली व्यक्ती' म्हणून ओळखले जाण्यासाठी जे काही करणं आवश्यक आहे त्यासाठी प्रयत्नशील असायला हवं. मात्र, जो काही प्रयत्न करायचा असेल तो त्याने स्वतःच करायला हवा. आत्मोन्नतीसाठी केल्या जाणाऱ्या प्रयत्नांच्या संदर्भात हा नियम किती महत्त्वाचा आहे हे एका आख्यायिकेत अतिशय खुबीने व्यक्त करण्यात आलं आहे.

एका शहरात एक धनाढ्य माणूस राहात होता. अमाप संपत्ती असूनही त्याला मनःशांती मिळत नव्हती. ती कशी मिळू शकेल याच विवंचनेत तो असायचा. तशातच शहराजवळच्या एका गावात एक साधू आल्याचं त्याला कळलं. लगेच तो साधूला भेटला आणि त्याला म्हणाला, ''महाराज कसंही करून माझी अशांती दूर करा.'' एखादा तावीज, गंडा किंवा दोरा देऊन महाराज आपल्याला शांतिप्राप्तीचा मंत्रही सांगतील, या आशेने त्याने त्यांच्याकडे ही याचना केली; पण यापैकी साधूने काहीच केलं नाही. मात्र, दुसऱ्या दिवशी त्या याचकाला साधूने दिवसभर कडक उन्हात उभं राहायला सांगितलं आणि पर्णकुटीच्या आतल्या गारव्यात त्याने स्वतः आराम केला. तो दिवस असाच संपला. नंतरच्या दिवशी साधूने याचकाला दिवसभर कडकडीत उपास करायला लावला आणि त्याच्या देखत स्वतः पंचपक्वान्नांवर ताव मारला. साधूच्या अशा विचित्र वागण्याने तो याचक आश्चर्यचकित झाला. या प्रकारामुळे वैतागून तो आपल्या घरी जाण्यास निघाला. हे बघून साधूने त्याला अडवलं आणि विचारलं, ''असं एकदम कुठे निघालात?'' याचकाने, त्याची घोर निराशा झाल्याने तो परत जात असल्याचं साधूला सांगितलं. त्याला साधूकडून काहीच मिळू शकलं नाही, याची खंत वाटत असल्याचंही तो म्हणाला. यावर साधूने जो खुलासा केला तो असा – 'मला मिळणाऱ्या गारव्याचा तुम्हाला काहीही उपयोग नाही, हे सूचित करण्यासाठी तुम्हाला उन्हात उभं राहायला लावून मी पर्णकुटीच्या आत विश्रांती घेतली. तसंच माझ्या पंचपक्वान्नांच्या सेवनामुळे तुमची भूक शमणार नाही हे तुम्हाला उपवास करायला लावून मला सुचवायचं होतं.' या खुलाशामुळे याचकाचं पूर्ण समाधान झालं आणि 'मनःशांती मिळवणं' या आपल्या ध्येयाच्या पूर्तीसाठी आपल्यालाच झटावं लागेल हे त्याच्या ध्यानात आलं, या आख्यायिकेचं सार हेच की, धनधान्यासारखी संपन्नता ज्याप्रमाणे स्व-कर्तबगारीने प्राप्त करावी लागते त्याचप्रमाणे मानसिक शांतीसुद्धा आपल्या कर्तृत्वानेच आपल्याला मिळवावी लागते. थोडक्यात, आत्मोन्नतीसाठी प्रत्येकाने स्वतःच प्रयत्नशील व्हायला हवं.

चांगली व्यक्ती कोणाला म्हणायचं?

जो लोकांना आवडतो, ज्याचा सहवास त्यांना हवासा वाटतो, जो त्यांच्या आदरास पात्र ठरतो, अडीअडचणींच्या वेळी ज्याचा दिलासा मिळावा असं त्यांना वाटतं, आणि एखाद्या कार्यप्रसंगी ज्याची अनुपस्थिती त्यांना खटकते अशा व्यक्तीने इतरांना चांगलंच प्रभावित केलेलं असल्याचं त्यांच्या प्रतिक्रियांवरून स्पष्टपणे जाणवतं. अशा माणसात असं काय असेल की ज्यामुळे ते प्रभावित होतात. सर्वसाधारणपणे अशा माणसाच्या वागण्यात 'मोकळेपणा' असतो आणि म्हणूनच त्याच्या संपर्कात येणाऱ्या लोकांना त्याचं असं वागणं भावतं.

मोकळ्या मनाच्या लोकांमध्ये जे एक वैशिष्ट्य ठळकपणे दिसून येतं, ते म्हणजे 'सच्चेपणा'. 'आतून एक आणि बाहेरून एक' असा दुटप्पीपणा त्यांच्या वागण्यात नसतो; म्हणूनच त्यांचे मित्र, शेजारी, नातलग आणि सहकारी त्यांना विश्वासार्ह मानतात. यामुळे साहजिकच ते इतरांच्या आदरास पात्र ठरतात.

अशा लोकांमध्ये आढळून येणारं आणखी एक वैशिष्ट्य म्हणजे 'प्रामाणिकपणा'. हे लोक बोलतात तसे वागतात. म्हणूनच छल, कपट किंवा फसवेगिरी हा प्रकार त्यांच्या बाबतीत ऐकू येत नाही. इतकंच नव्हे, तर त्यांच्या हातून जर एखादी चूक घडली असेल तर तिच्यावर पांघरूण न घालता प्रांजळपणे ते ती मान्य करतात.

इतरांपासून काहीही लपवून न ठेवण्याच्या वृत्तीमुळे मोकळ्या मनाचे लोक 'विसंबून राहण्याजोगे' असतात. त्यांच्यावर एखादी जबाबदारी टाकली तर ती त्यांनी पूर्ण केली नाही असं सहसा होत नाही, म्हणूनच त्यांच्यावर जबाबदारी टाकणारे लोक ती ते पूर्ण करतीलच, अशी खात्री बाळगून असतात.

मोकळ्या मनाचे लोक त्यांचे विचार आणि भावना स्पष्टपणे व्यक्त करणं पसंत करतात, म्हणूनच त्यांच्या सहवासातील एखाद्याच्या हातून घडलेलं वर्तन जर त्यांना रुचलं नसेल तर तसं ते सांगून टाकतात; पण संबंधित व्यक्तीने त्याबाबत दिलगिरी व्यक्त केल्यावर ते झालं गेलं विसरून जातात. खरं तर मोकळ्या मनाची माणसं बहुधा सर्वांनाच आवडतात आणि म्हणून त्यांच्या संपर्कातले लोक त्यांना आपला मित्रच समजत असतात.

स्वतःला नीट समजून घेणं अत्यंत महत्त्वाचं

मोकळ्या मनाच्या लोकांचं वागणं त्यांच्या सहवासातल्या बहुतेकांना अतिशय भावतं. म्हणूनच वर्तन प्रभावी बनवण्यासाठी मोकळेपण वाढवण्याचा प्रयत्न व्हायला हवा. पण याची सुरुवात आधी 'आपण कसे आहोत' आणि 'कसे वागतो' हे जाणून घेण्यापासून व्हायला हवी. अर्थात यासाठी इतरांकडून आपल्या वर्तनाबाबत त्यांना काय वाटतं, यासंबंधीचा 'फीडबॅक' घेण्याची आपली तयारी असणं आवश्यक आहे.

तथापि, आपण परिपूर्ण आहोत व म्हणून इतरांकडून आपल्याबाबत जाणून घेण्याची तशी आपल्याला गरज नाही, असं बऱ्याचजणांना वाटतं. याचा अर्थ 'आपण जसे आहोत आणि जसे वागतो त्यात कशाचीच उणीव नाही' ही प्रवृत्ती त्यांच्यात खोलवर रुजलेली असल्यामुळे स्वतःबद्दल इतरांकडून 'फीडबॅक' घेणं त्यांना प्रशस्त वाटत नसावं.

मात्र, जरा व्यापक दृष्टिकोनातून या संदर्भात विचार केला तर वस्तुस्थिती काय आहे हे स्पष्ट होईल. विशेषतः आजच्या स्पर्धात्मक युगात 'आपलं करिअर उत्कृष्ट

कसं बनू शकेल' याचा युवा पिढीने जो ध्यास घेतला आहे त्यामुळे या पिढीतील बरेच जण खूपच गोंधळलेले असल्याचं जाणवतं, कारण या पिढीतल्या बऱ्याचजणांमध्ये एक अशी अवस्था निर्माण झालेली दिसते की जी त्यांना जाणवते, 'पण का?' हे मात्र त्यांना सांगता येत नाही. तसंच त्यांनी उत्तुंग आकांक्षा उराशी बाळगल्या असल्या तरी नैराश्येनेही ते पछाडलेले आहेत, 'पण का?' हे त्यांना नीट समजलेलं नाही. म्हणूनच ते काहीसे गोंधळलेले असले, तरी त्यांच्या मनात जो गोंधळ निर्माण झाला आहे तो का, हे त्यांना नीट कळलेलं दिसत नाही. रामकृष्ण मठाच्या एका स्वामीजींना हे प्रकर्षाने जाणवलं. प्रसंग होता पुणे ते दिल्ली दरम्यानच्या प्रवासाचा. स्वामीजी ज्या आगगाडीतून प्रवास करत होते त्या आगगाडीत त्यांच्या डब्यातील पुढच्या बैठकीवर एक युवक बसला होता. स्वामीजींची भगवी वस्त्रं पाहून ते एक सिद्ध पुरुष असावेत, असं युवकाला वाटलं असावं. म्हणूनच, "सन्मार्गाने आणि सदाचाराने जीवनात अभ्युदय होणं शक्य आहे का स्वामीजी?" असं त्याने त्यांना विचारलं. या प्रश्नाने त्या दोघांमध्ये चर्चेला सुरुवात झाली.

अभ्युदय (prosperity) होणं म्हणजे 'गाडी, बंगला, इतर सुखसोई आणि भरपूर अर्थार्जन' यासारखं वैभव प्राप्त होणं असं युवकाला वाटत असावं हे स्वामीजींच्या लक्षात आलं. अशा वैभवातून जे सुख मिळतं त्यातूनच खरा आनंद मिळतो असंही त्याला वाटत असावं, असं स्वामीजींना जाणवलं. पण असलं वैभव प्राप्त होणं वाटतं तेवढं सोपं नाही, याची जाणीव असल्यामुळेच 'सन्मार्गाने व सदाचाराने अभ्युदय होणं शक्य आहे का?' हा प्रश्न युवकाने विचारला असावा हे उघड आहे. या वास्तवाची जाण स्वामीजींना असल्यामुळे, 'असं वैभव प्राप्त करण्यासाठी तुला जीवनाशी सतत संघर्ष करावा लागेल' असं स्वामीजी त्या युवकाला म्हणाले. पण या संघर्षात आपण कितपत यशस्वी ठरू, या काळजीमुळे मनातल्या कोणत्या तरी कोपऱ्यात "तुला असुरक्षित असल्याचं जाणवत असेल, नाही का?" असं स्वामीजींनी त्याला विचारलं. याचा खुलासा करण्यासाठी स्वामीजी लगेच पुढे म्हणाले की, "काही समस्यांमुळे तुला असुरक्षित वाटणं अगदी स्वाभाविक आहे. उदाहरणार्थ, आपण उत्तम शिक्षण घेऊनही आपल्याला योग्य काम मिळेल की नाही? .. अर्थार्जन व्यवस्थित आणि भरपूर होईल की नाही? पत्नी-मुले कशी असतील? अशा कितीतरी समस्या त्यांच्या उत्तरांच्या अनिश्चिततेमुळे असुरक्षिततेची भावना निर्माण करू शकतात. या समस्यांचा सामना करून वैभव प्राप्त करायचं म्हटलं तर जीवनाशी संघर्ष करणं आलंच. पण प्रश्न असा उद्भवतो की, ज्याला 'आनंद' म्हणतात तो असा जीवनाशी संघर्ष करून मिळवायचा असतो का?"

आनंद ही एक आंतरिक अवस्था आहे. म्हणूनच आनंद बाह्य वस्तूंमध्ये कधीच नसतो. हे समजावून देताना स्वामीजी युवकाला म्हणाले, ''एखाद्याकडे गाडी आहे, बंगला आहे, अतिशय किमती वस्तू आणि इतर सुविधा सुद्धा!'' पण हे सर्व असूनही त्याला मनःस्वास्थ्य लाभत नसेल तर तो सुखी आहे असं म्हणता येईल काय? याचा अर्थ सर्व वैभव असूनही जर समाधान नसेल तर कोणीही सुखी होऊ शकणार नाही.

बाह्य वस्तू किंवा भौतिक सुविधांमध्ये सुख प्रदान करण्याची ताकद नसते. सुख ही मनाची अवस्था असून तिचा शोध आतूनच घ्यावा लागतो. स्वामीजींनी युवकाच्या निदर्शनास हे आणून दिलं की, जिथे असुरक्षिततेची भावना आहे तिथे सुख आणि आनंद नांदू शकत नाही. म्हणूनच आपल्यातला 'मी' समर्थ असायला हवा. जीवनात चांगले-वाईट प्रसंग येत राहतातच, पण त्यांना सामोरं जाण्याचं सामर्थ्य जर आपण विकसित केलं तर असल्या प्रसंगांमुळे नको तेवढ्या जास्त प्रमाणात आपल्यावर अस्वस्थ होण्याची वेळ येणार नाही. म्हणूनच नुसतं विज्ञान कामाचं नाही. त्याला अध्यात्माची जोड हवी. हे युवकाच्या गळी उतरवून देण्यासाठी स्वामीजी त्याला म्हणाले, ''अध्यात्म हे एक शास्त्र आहे आणि त्याच्या अध्ययनाने आत्मज्ञान होऊन खऱ्या अर्थाने अभ्युदय होतो.''

स्वामीजी आणि युवक यांच्यात जी चर्चा झाली, त्यातून युवकाला स्वतःची आंतरिक अवस्था जाणून घेण्यास साहाय्यभूत ठरणारी बरीच माहिती स्वामीजींकडून मिळाली. त्याच्या मनात खोलवर असुरक्षिततेची भावना दडली होती व म्हणून तो काहीसा अस्वस्थही झाला होता; पण हे स्पष्टपणे जाणवत नसल्यामुळे 'आपण कशासाठी अस्वस्थ असतो' हे त्याला कळत नव्हतं. स्वामीजींनी जेव्हा त्याच्या अस्वस्थतेचं विश्लेषण केलं तेव्हा या संदर्भातील वस्तुस्थितीची जाणीव त्याला झाली.

खरोखर, जे आपल्याला स्वतःबद्दल नीट कळलेलं नसतं ते इतरांच्या लक्षात आलेलं असू शकतं, मग ते त्यांच्याकडून जाणून घ्यायला काय हरकत आहे? स्वतःच्या आंतरिक अवस्थेची खरी ओळख करून घेण्याच्या संदर्भात जी सूचना किंवा माहिती स्वामीजींकडून युवकाला मिळाली ती एक प्रकारचा 'फीडबॅक' होता असंच म्हणावं लागेल. जेव्हा अशा प्रकारचा फीडबॅक इतरांकडून मिळणं शक्य असेल तेव्हा तो जरूर घ्यावा. यामुळे आपण खरंच कसे आहोत, कसे वागतो आणि या वागण्याचा इतरांवर काय परिणाम होतो हे समजून घेता येईल. एकदा हे आपण समजून घेऊ शकलो तर सध्या आपलं वर्तन जेवढं प्रभावी आहे त्यापेक्षा ते अधिक प्रभावी कसं बनवता येईल, हे आपण ठरवू शकतो.

मात्र, आपण सर्वार्थाने 'चांगलेच आहोत' अशी ज्यांनी स्वतःबद्दल ठाम समजूत करून घेतलेली असते असे लोक बरेचदा चुकीचं वागतात आणि तरीही अहंकारापायी त्यांना याचं भानच राहात नाही. उच्च पद विभूषित करणारे किंवा उच्च प्रतिष्ठा लाभलेले बरेच लोक अशा प्रवृत्तीचे शिकार बनतात. एकदा अकबराने बिरबलाला दरबारात सकाळी लवकर हजर राहण्यास सांगितलं. बिरबल दररोज सकाळी देवाची पूजा करत असे. म्हणून त्याला उशीर झाला. अकबराने त्याला उशीर का झाला, हे विचारलं. बिरबल तसा खट्याळच होता आणि म्हणून तो म्हणाला, ''माझी पूजा झाल्यावर देवानी मला अडवून ठेवलं. आपल्या छातीशी घेऊन बराच वेळ तो मला कवटाळत होता. त्याचं कवटाळणं संपल्याशिवाय मला दरबारात येणं शक्यच नव्हतं.'' हे ऐकल्यावर अकबराचा अहंकार जागृत झाल्याने तो हटवादीपणे बिरबलाला म्हणाला, ''तर मग मलाही भगवंताचं दर्शन घडव.'' यावर चतुर बिरबल म्हणाला, ''आत्ता देवाचं दर्शन घडवतो. एका वाटीत दूध मागवा.'' अकबराच्या आज्ञेवरून दुधाची वाटी आली. बिरबलाने वाटीत हळूहळू बोट फिरवायला सुरुवात केली. बराच वेळ त्याचं असं बोट फिरवणं चालू होतं. अकबराने चिडून विचारलं, ''हे काय चाललं आहे बिरबल?'' बिरबलाने उत्तर दिलं, ''लोणी काढतो आहे, जहाँपनाह!'' अकबर उफाळून म्हणाला, ''नुसतं बोट फिरवल्याने कुठे लोणी निघतं का? त्यासाठी रवी पाहिजे, मटकी पाहिजे आणि रवीने मलई घुसळण्यासाठी दोरी पण पाहिजे.'' यावर स्मित करून बिरबल म्हणाला, ''तेच तर मलाही म्हणायचं आहे. नुसतं दर्शन करवून दे म्हटल्याने थोडंच देवदर्शन घडतं. त्यासाठी अखंड श्रद्धा असावी लागते आणि भक्तिभावाने आत्ममंथन करावं लागतं.'' बिरबल चतुर होता म्हणून बादशहाचा हट्ट किती निरर्थक होता हे त्याने एका आगळ्याच पद्धतीने फीडबॅक देऊन त्याच्या लक्षात आणून दिलं.

आपण कसे वागतो यासंबंधी जेव्हा चांगल्या गोष्टी आपल्या कानावर येतात तेव्हा आपण सुखावतो. म्हणूनच चार लोकांसमोर भाषण करायची वेळ आली तर भाषण संपल्यावर 'तुम्ही छान भाषण देता' असं जर कोणी आपल्याला म्हटलं तर आपण सुखावतो. उलट, 'इतरांशी जेव्हा तुम्ही बोलता तेव्हा तुम्ही रागवता आहात की काय असा भास होतो' असं जेव्हा कोणी म्हणतं तेव्हा आपण दुखावतो. पहिल्या प्रकारच्या फीडबॅकला 'पॉझिटिव्ह फीडबॅक' (positive feedback) असं म्हणतात, तर दुसऱ्या प्रकारच्या फीडबॅकला 'निगेटिव्ह फीडबॅक' (negative feedback) असं म्हणतात. फीडबॅक या शब्दासाठी 'प्रतिभरण' हा मराठीतील पारिभाषिक शब्द वापरला जातो, म्हणून पॉझिटिव्ह फीडबॅक साठी 'धन प्रतिभरण' आणि निगेटिव्ह फीडबॅकसाठी 'ऋण प्रतिभरण' असे शब्दप्रयोग सुचविता येतील.

निगेटिव्ह फीडबॅकमध्ये वागण्यातल्या दोषाचा किंवा उणिवेचा उल्लेख असतो व म्हणून हे ऐकताच आपल्या आत्मप्रतिमेस (self-image) तडा जातो आणि आपला 'अहम्' (ego) क्षतिग्रस्त होतो. साहजिकच तो सुरक्षित राखण्याचा प्रयत्न सुरू होतो. म्हणूनच अहंभाव जोपासण्यासाठी काही संरक्षण प्रतिक्रियांचा वापर करण्याची वृत्ती बळावते. असल्या संरक्षण प्रतिक्रिया विविध प्रकारच्या असतात. उदाहरणार्थ, ज्या दोषयुक्त वर्तनामुळे निगेटिव्ह फीडबॅकचा सामना एखाद्याला करावा लागतो तो दोष त्याच्या हातून घडला हे 'अमान्य करणे' (denial) ही त्याची एक प्रतिक्रिया असू शकते. एखाद्या शिक्षकावर ही प्रतिक्रिया व्यक्त करण्याची वेळ येऊ शकते. विशेषतः एकदा एक मुद्दा समजावून दिल्यावर पुनःपुनः तोच समजावून देण्याची सवय जर एखाद्या शिक्षकाला असेल आणि अशी पुनरावृत्ती टाळलेली बरी, असा विद्यार्थ्यांचा फीडबॅक असेल तर त्याचा अहंभाव यामुळे दुखावला जाऊ शकतो. अशा वेळी तो असं समर्थन करू शकेल की, 'माझं शिकवणं मुलांना आवडतं नं, मग एखादा मुद्दा पुनःपुनः समजावणं हा शिकवण्यातला दोष ठरू शकत नाही.' आपल्या अध्यापन शैलीतील दोष अमान्य करण्याचाच हा प्रयत्न आहे. शिवाय 'सर्वांनाच एकदा सांगून समजेल असं नाही. म्हणून काही विद्यार्थ्यांसाठी एकच मुद्दा पुनः समजावून देणं आवश्यक असतं. माझ्याकडून घडणारी पुनरावृत्ती समर्थनीय ठरते ती याच कारणासाठी.' असंही वरवर पटण्याजोगं 'समर्थन' (rationalization) सादर करून शिक्षक आपला अहंभाव सुरक्षित राखू शकतो.

एकंदरीत निगेटिव्ह फीडबॅकमुळे अहंभावावर जो आघात होतो तो संरक्षण प्रतिक्रियांच्या साहाय्याने अबाधित राखला जातो. यामुळे मानसिक अस्वस्थता बरीच कमी होते, तरीही या खटाटोपातून इतरांना खटकणाऱ्या आपल्या वर्तनात सुधारणा घडवून आली आहे असं व्यक्तीला म्हणता येईल काय? वरील उदाहरणातील शिक्षकाच्या बाबतीत जी अनावश्यक पुनरावृत्ती शिकवताना घडते ती त्याच्या 'मिथ्या समर्थना'ने किंवा हा दोष 'अमान्य करण्या'ने कमी झालेली असल्याचं दिसेल काय? अर्थातच नाही. म्हणून निगेटिव्ह फीडबॅकमुळे उद्विग्न न होता त्यातून सूचित केल्या गेलेल्या उणिवांचं स्वरूप जाणून घ्यावं. त्या जर नाहीशा करायच्या असतील तर कोणता उपाय अमलात आणावा लागेल हेही ठरवावं आणि आवश्यक ती कृती योजना बनवावी. आपले हितचिंतक आणि जाणकार मंडळींचं या बाबतीत साहाय्य घ्यावं.

'आपण कसे आहोत' आणि 'कसे वागतो' हे प्रत्येकाने नीट समजून घ्यायला हवं. स्वतःला नीट ओळखण्याचा प्रयत्न झाला तरच आपली वैयक्तिक घडण कशी आहे हे आपल्या लक्षात येईल. वैयक्तिक घडणीत आपल्या वृत्ती–प्रवृत्ती, जीवनमूल्ये,

धारणा आणि जीवन उद्दिष्टे इत्यादींचा अंतर्भाव होतो. शिवाय ज्या भावना आपण नेहमी अनुभवतो त्या नेमक्या कोणत्या आणि कशा प्रकारे व्यक्त होतात यासंबंधीची जाणीवही वैयक्तिक घडणीच्या संदर्भात महत्त्वाची मानली जाते. एवढंच नव्हे, तर आपल्यातले गुण-दोष आणि त्यानुसार घडणारं वर्तन कसं असतं हेही जाणून घेणं स्वतःला समजून घेण्याच्या प्रयत्नामध्ये अभिप्रेत आहे.

इतरांकडून येणारा आपल्याबद्दलचा फीडबॅक स्वतःला नीट ओळखून घेण्याच्या संदर्भात महत्त्वाचा ठरतो. मात्र, लोक आपण होऊन फीडबॅक देतीलच असं गृहीत धरून चालणार नाही. खरं तर आपणच तो त्यांच्याकडून घ्यायला हवा. बरेचदा आपल्या वागण्याचा त्यांच्यावर काय परिणाम होतो, हे त्यांच्या चेहऱ्यावर अंकित झालेले आविर्भाव बघून किंवा हातवाऱ्यांचं आणि शारीरिक स्थितीचं निरीक्षण करून समजून घेता येतं. याचा अर्थ इतरांशी आपलं घडून येणारं संभाषण हाच त्यांच्याकडून प्राप्त होणाऱ्या फीडबॅकचा एकमेव स्रोत असतो, असं समजून चालणार नाही. फीडबॅक कोणत्याही स्वरूपाचा असो, त्यातून उपलब्ध होणारी माहिती आपल्यात सुधारणा घडवून आणण्याच्या दृष्टीने उपयुक्त ठरू शकते हे मात्र निश्चित.

इतरांकडून प्राप्त होणाऱ्या सूचनांचा योग्य तो आदर करून त्या आचरणात आणण्याला पूर्वीपासून विशेष महत्त्व दिलं जातं, याचा इथे आवर्जून उल्लेख करावासा वाटतो. भोज राजाच्या बाबतीत एक किस्सा असा आहे की, त्याच्या दरबारात एक जण तीन सोन्याच्या मूर्तींचा विक्रय करण्यासाठी आला. ''मी आणलेल्या मूर्तींचं यथोचित मूल्यमापन आपल्या दरबारी व्हावं,'' असं तो राजाला म्हणाला. दरबारातील एका जवाहिरावर ही कामगिरी सोपवण्यात आली. आधी त्याने त्या मूर्तींचं वजन केलं. वजनात त्याला फरक आढळला नाही. नंतर त्याने तिन्ही मूर्तींची शुद्धता तपासली. त्यातही त्यांच्यात फरक दिसून आला नाही. तिन्ही मूर्ती सारख्याच तोलामोलाच्या असल्यामुळे त्या समतुल्य असल्याचं त्याने जाहीर केलं. म्हणून त्यांच्या किमतीत तफावत केली जाऊ नये असा निर्णय त्याने दिला. हे ऐकून मूर्ती आणणारा काहीसा छद्मीपणाने हसला. त्याचं हे उपरोधिक स्मित राजाच्या नजरेतून सुटलं नाही. राजाला लगेच जाणवलं, की मूर्तींमधील भिन्नता कोणत्या तरी वेगळ्याच बाबतीत असली पाहिजे. म्हणून मूल्यांकनाची जबाबदारी राजाने कालिदासावर सोपवली. कालिदासाने सर्व मूर्तींची अगदी नीट तपासणी केली. नंतर त्याने एक बारीक तार मागवून पुढल्या कामाला सुरुवात केली. ही तार एका मूर्तीच्या उजव्या कानातून घातल्यावर ती डाव्या कानातून बाहेर निघाली. दुसऱ्या मूर्तीच्या उजव्या कानातून जेव्हा ही तार घातली तेव्हा ती तोंडातून बाहेर आली. मात्र, तिसऱ्या मूर्तीच्या उजव्या

कानात घातलेली तार सरळ पोटात जाऊन स्थिरावली. ती कुठूनही बाहेर आलेली दिसली नाही. तपासणी झाल्यावर कालिदासाने आपला निर्णय जाहीर केला. तिसरी मूर्ती सर्वांत मूल्यवान असल्याचं तो म्हणाला. याबाबत त्याने जो खुलासा केला तो असा : 'काहीजण लोकांकडून आलेल्या उपयुक्त सूचना एका कानाने ऐकतात आणि दुसऱ्या कानाने सोडून देतात; काही लोक सूचना ग्रहण करतात, पण इतरांनी त्या अमलात आणाव्या असं त्यांच्या गळी उतरवतात; आणि काही असे असतात की जे इतरांकडून आलेल्या मौल्यवान सूचना ग्रहण करतात आणि यथावकाश आचरणातही आणतात. म्हणून पहिल्या प्रकारचे लोक कनिष्ठ, दुसऱ्या प्रकारचे मध्यम श्रेणीचे आणि तिसऱ्या प्रकारचे लोक श्रेष्ठ समजले जावेत.'

थोडक्यात, आपण 'कसे आहोत' आणि 'कसे वागतो' हे प्रत्येकाने नीट जाणून घ्यायला हवं. यालाच 'स्वतःची नीट ओळख करून घेणं' असं म्हणतात. यासाठी 'फीडबॅक'च्या स्वरूपात आपल्याबद्दल जी माहिती इतरांकडून उपलब्ध होऊ शकते तिचा योग्य तो आदर करावा. किंबहुना, आपणच स्वतःसंबंधीचा असा फीडबॅक घेऊन वर्तन अधिक प्रभावी बनवण्यासाठी त्याचा उपयोग करून घ्यावा.

वागण्यातल्या मोकळेपणासाठी आत्माभिव्यक्ती (Self-disclosure) महत्त्वाची

प्रत्येकजण एरवी त्याला जे काही स्वतःबद्दल, इतरांबद्दल आणि जीवनाबद्दल वाटत असतं ते मनात ठेवत असतो. जरी काही गोष्टी तो इतरांजवळ व्यक्त करत असला तरी इतर बऱ्याच गोष्टी अशा असतात की त्या व्यक्त करणं तो टाळतो. त्याचे विचार, जीवनातले अनुभव, भाव-भावना, त्याच्या संपर्कातल्या व्यक्तींच्या वागण्याचा त्याच्या मनावर उमटलेला ठसा आणि स्वतःसंबंधीचे आणि जीवनाबद्दल त्याला झालेले आकलन इत्यादींचा त्याच्या अंतरंगात समावेश होतो. यापैकी काय आणि किती प्रमाणात तो त्याच्या संपर्कातल्या इतरांजवळ व्यक्त करतो, यावर त्याच्यात मोकळेपणा किती आहे याचा अंदाज घेणं अवलंबून असतं. इतरांना जो जितका जास्त मोकळ्या मनाचा आहे हे जाणवेल तितका तो आवडेल.

मात्र, याचा अर्थ जे जे त्याच्या अंतरंगात साठवलेलं असेल ते सर्व जसंच्या तसं इतरांजवळ त्याने व्यक्त करून टाकावं असं नाही. म्हणूनच स्वतःसंबंधीच्या अभिव्यक्तीतून मोकळेपणा वाढवायचा झाल्यास काही पथ्यं पाळणं जरुरीचं आहे. उदाहरणार्थ, कार्यपरिस्थितीत जे लोक एकमेकांचे सहकारी म्हणून एकत्र वावरत असतात, त्यांच्याजवळ एखाद्याने त्याच्या वैवाहिक जीवनासंबंधीच्या समस्या व्यक्त करणं अनुचित ठरेल. कारण, कार्यपरिस्थिती हे यासाठी योग्य ठिकाण ठरू शकत नाही, आणि त्याचे सर्व सहकारी त्याचे जिवाभावाचे मित्र असू शकत नाहीत. म्हणूनच

योग्य ठिकाणी, योग्य वेळी आणि योग्य व्यक्तीजवळच आपल्या वैवाहिक समस्या उचित प्रमाणात व्यक्त केल्या जाव्यात. याशिवाय एखाद्याने ज्या पद्धतीने आपलं मन मोकळं केलं असेल त्याचा ऐकण्यावर होणारा परिणाम लक्षात घेणंही जरुरीचं आहे. उदाहरणार्थ, कडवट भाषेत आपली प्रतिक्रिया व्यक्त करून किंवा प्रक्षोभक शब्दांचा वापर करून एखाद्याबद्दल वाटणारा विरोध नोंदवणं उचित ठरणार नाही. असा मोकळेपणा इतरांना त्रस्त करणारा ठरणार असेल, तर तो काय कामाचा?

वागण्यातील मोकळेपणासाठी संवेदनशील असणंही आवश्यक

वागण्यातील मोकळेपणासाठी 'फीडबॅक' आणि 'आत्माभिव्यक्ती' या दोन गोष्टींचं महत्त्व आधीच विशद करण्यात आलं आहे. या व्यतिरिक्त इतरांशी वागताना संवेदनशील असणं ही बाब वागण्यातील मोकळेपणासाठी कशी पूरक ठरू शकते याचा आता विचार व्हायला हवा.

संवेदनशील असणं याचा अर्थ आपल्या वागण्याचा इतरांवर काय परिणाम होतो याबाबत सतर्क असणं. हा परिणाम त्यांच्या शाब्दिक आणि अशाब्दिक प्रतिक्रियांद्वारे व्यक्त होत असतो, म्हणूनच ते प्रतिक्रियादाखल काय म्हणतात किंवा त्यांच्या चेहऱ्यावरील हावभावाचं स्वरूप कसं आहे हे टिपून घेण्याची क्षमता आपल्यात असायला हवी. त्यांच्या प्रतिक्रियांचं स्वरूप निर्देशित करणारे संकेत जर आपण ग्रहण करू शकलो तर पुढे आपण काय करावं हे ठरवणं सोईचं होईल.

मात्र, संकेत काय निर्देशित करतात हे लक्षात येऊनही जर कोणी त्याच्याकडून अपेक्षित असलेलं वर्तन टाळत असेल तर तो त्याच्या स्वार्थासाठी योग्य संधीची वाट पाहात असावा, हे यातून सूचित होतं. उदाहरणार्थ, एक वरिष्ठ त्याच्या हाताखाली काम करणाऱ्यांकडून काम करवून घेताना अरेरावी करतो, असं त्यांचं त्याच्याबद्दल मत झालं आहे. पण हे त्याचं वागणं त्यांना खटकत असल्याचा संकेत त्याला मिळूनही तो त्याच्या वर्तनशैलीत बदल करत नाही. कारण, तो त्यांना वेळोवेळी उपकृतही करत असतो आणि म्हणून वरिष्ठ या नात्याने त्याने त्यांच्यावर वर्चस्व प्रस्थापित करण्यात गैर असं काहीच नाही, अशी त्याची धारणा बनली असते. साहजिकच त्यांच्यापैकी कोणाला कसं उपकृत करता येईल या संधीची तो वाट पाहतो. जेव्हा त्याला हवी तशी संधी मिळते तेव्हा एखाद्याला उपकृत करून तो जणू त्याच्या अरेरावीचं अप्रत्यक्षपणे समर्थन करतो. त्याच्या अरेरावीत गैर असं काहीच नाही, हा त्याचा अंतःस्थ हेतू इतरांपासून लपवून त्याच्या कार्यभूमिकेशी सुसंगत ठरावं असंच त्याचं वर्तन असल्याचा आभास तो निर्माण करतो. अर्थात त्याची ही लबाडी लक्षात आल्याने बऱ्याचजणांना ती खटकत असते. अशा माणसाच्या हाताखाली

काम करणं त्यांना नकोसं वाटतं. वस्तुतः त्याने अरेरावी करणं सोडावं. पण त्याने मोकळ्या मनाने त्यांना हेही सांगावं की, जरी इतरांकडून काम करवून घेताना त्याला बरेचदा त्याच्या अधिकाराचा वापर करावा लागत असला तरी मनातून तो स्वतः त्याच्या या वागण्यामुळे नाखूष असतो. वस्तुतः इतरांकडून काम करून घेता येण्यासाठी वरिष्ठांना त्यांच्या पदसिद्ध अधिकाराचा एक संसाधन म्हणून वापर करावा लागतो. तो त्यांना करू देणं हा व्यवस्थापकीय धोरणाचा एक भाग समजला जातो. अर्थात याचं पर्यवसान अरेरावीमध्ये होऊ नये हे मात्र निश्चित. म्हणूनच माझ्या वागण्यात अरेरावी वाढली आहे असं जर तुम्हाला वाटत असेल तर त्याबद्दल मी दिलगिरी व्यक्त करतो. कारण तुमच्यापैकी कोणालाच नामोहरम करण्याचा माझा कधीच इरादा नव्हता आणि राहणार नाही. आपल्या वागण्याप्रति इतरांना काय वाटतं याबाबत सतर्क राहून जो संकेत मिळतो त्याचा परामर्श अशा मोकळेपणाने जो वरिष्ठ घेतो त्याची कोणीही प्रशंसा केल्यावाचून राहणार नाही. पण प्रश्न असा पडतो की, प्रत्यक्षात असा मोकळेपणा वरिष्ठांच्या वागण्यात दिसून येतो का?

वरील प्रश्नांच्या संदर्भात स्वातंत्र्यपूर्व काळातील थोर समाजसुधारक गोपाळ गणेश आगरकर यांच्या बाबतीत घडलेला एक प्रसंग उल्लेखनीय आहे. ते एका शाळेचे मुख्याध्यापक असताना निरनिराळ्या वर्गांमध्ये अध्यापन आणि अध्ययन सुरळीतपणे सुरू आहे किंवा नाही, हे जाणून घेण्यासाठी शाळेच्या इमारतीत बरेचदा फेरफटका मारत असत. एकदा असेच 'राउंड'वर असताना ते एका वर्गात शिरले. शिक्षकांचं लक्ष नसल्यामुळे ते चुपचाप मागल्या बेंचवर जाऊन बसले; पण ज्या क्षणी शिक्षकांचं लक्ष आगरकरांकडे गेलं त्या क्षणी त्यांना पाहून शिक्षक स्तिमित झाले. ते एकदम बावचळले आणि घाबरले. 'शिकवताना आपल्याकडून काही चूक तर घडणार नाही ना' अशी भीती त्यांना वाटली. त्यांच्या दुर्दैवाने त्यांची भीती खरी ठरली आणि ते चुकले. त्यांच्याकडून झालेली चूक पाहून आगरकरांना राग अनावर झाला. त्यांनी दरडावून शिक्षकांना विचारलं, ''मास्तर, तुम्ही चुकीचं शिकवता आहात याचं तुम्हाला भान आहे की नाही? विद्यार्थ्यांना तुम्ही असंच चुकीचं शिकवत असता का?'' शिक्षकांनी मान खाली घातली आणि एखाद्या अपराध्यासारखे ते उभे राहिले. विद्यार्थ्यांसमोर त्यांचा पाणउतारा झाल्याने ते अतिशय खिन्न झाले. खरोखर, आगरकरांनी जी वागणूक त्यांना दिली ती अतिशय वाईट होती. त्यांनी तास संपल्यावर शिक्षकांना एकान्तात त्यांची चूक समजावून देणं योग्य ठरलं असतं. कदाचित याची जाणीव त्यांना नंतर झाली असावी. म्हणूनच तास संपल्यावर शाळेतल्या शिपायाकरवी निरोप देऊन शिक्षकांना त्यांनी आपल्या कक्षात बोलावून घेतलं. आगरकरांच्या कक्षात

पोहोचेपर्यंत शिक्षक अतिशय भयभीत झाले होते. मात्र, कक्षेत पोहोचल्यावर आगरकर अक्षरशः दोन्ही हात जोडून उभे झाले आणि शिक्षकांना म्हणाले, ‘‘विद्यार्थ्यांसमोर माझ्याकडून जो तुमचा अपमान झाला त्याबद्दल मी तुमची माफी मागतो. यापुढे असं होणार नाही असं मी आपल्याला आश्वासन देतो.’’

आपल्या वागण्यातील चूक लक्षात आल्यामुळे आगरकरांना जो पश्चात्ताप झाला तो रास्तच होता. आपल्या वागण्याचा शिक्षकावर जो अनिष्ट परिणाम झाला तो त्यांच्या ध्यानात येण्याएवढे ते संवेदनशील असल्यामुळेच हे शक्य झालं. एवढंच नव्हे तर आपल्या चुकीबद्दल माफी मागण्याचा मोकळेपणा त्यांच्यात असल्यामुळेच त्यांनी स्वतः वरिष्ठ असूनही शिक्षकाची माफी मागितली. त्यांच्या या कृतीमुळे शिक्षकाच्या मनात त्यांच्याबद्दलचा आदरभाव नक्कीच वाढला असावा. आपला व्यक्तिगत प्रभाव वृद्धिंगत होण्यासाठी आपण संवेदनशील असणं हे तर आवश्यक आहेच. शिवाय याला मोकळेपणाची जोड मिळणंही आवश्यक असतं, हे वरील किश्श्यावरून स्पष्ट होईल.

२

क्षमता – इतरांना समजून घेण्याची

दैनंदिन जीवनात आपल्या भोवती वावरणाऱ्या कितीतरीजणांशी आपला संबंध येत असतो. ते काय म्हणतात, काय करतात आणि कसं वागतात हेही आपण बघत असतो. एवढंच नव्हे, तर त्यांच्या वागण्याचा अर्थसुद्धा आपल्या परीने आपण लावत असतो. पण प्रश्न असा पडतो की, दुसऱ्यांच्या वागण्याचा आपल्याला उमगलेला अर्थ बरोबर आहे असं ठामपणे आपण म्हणू शकतो का? उदाहरणार्थ, आपण एका कार्यालयात एक वरिष्ठ अधिकारी या पदावर कार्यरत आहोत असं गृहीत धरून आपल्या हाताखाली काम करणाऱ्या एका कर्मचाऱ्याला दुसऱ्या दिवशी सकाळी अर्धा तास आधी कामावर ये अशी सूचना दिली आहे अशी कल्पना करा. मात्र अशी सूचना मिळाली असूनही तो दुसऱ्या दिवशी अर्धा तास आधी तर येतच नाही आणि उलट नेहमी ऑफिस सुरू होणाऱ्या वेळेपेक्षाही एक तास उशिरा येतो असं पुढे गृहीत धरूया. हे त्याचं बेजबाबदार वागणं पाहून आपली प्रतिक्रिया कशी असेल? आपल्याला त्याचा खूप राग येईल. कारण, काम महत्त्वाचं असल्यामुळे अर्धा तास आधी बोलावलेलं असूनही तो ठरलेल्या वेळेपेक्षा दीड तास उशिरा आलेला असतो. प्रसंगाचं गांभीर्य लक्षात न घेतल्यामुळे त्याचं हे वागणं अत्यंत बेजबाबदारपणाचं आहे, असं आपल्याला वाटणं स्वाभाविक आहे, म्हणून जे काही घडलं त्या बेशिस्तपणासाठी 'तोच दोषी आहे' असं आपण त्याच्या अशा वागण्याच्या संदर्भात म्हणू.

या उदाहरणातील कर्मचारी चुकीचं वागला हे नक्की. पण यासाठी 'तो स्वतःच जबाबदार आहे' असा निष्कर्ष काढणं कितपत सयुक्तिक आहे? अशी एखादी गोष्ट की जी त्याच्या हातात नव्हती, त्याच्या बेजबाबदार वर्तनासाठी कारणीभूत ठरू शकते. पण अशी शक्यता पडताळून बघावी, असा सुज्ञ विचार न करता त्यालाच जबाबदार ठरवून आपण त्याला रागावतो. नंतर खरं कारण समोर आल्यावर आपल्याला याबद्दल पश्चात्ताप होऊ शकतो. म्हणूनच इतरांच्या वागण्याची कारणमीमांसा करताना आपण सावध राहायला हवं.

यासाठी नेहमी हे लक्षात ठेवावं की, आपल्या संपर्कातला कोणी एखादा एका विशिष्ट प्रकारे वागल्याचं जेव्हा आपण पाहतो तेव्हा त्याच्या तशा वागण्यासाठी नेहमी तोच जबाबदार असतो असं नाही. याचा अर्थ एखाद्याने जे काही केलं असेल किंवा तो जसा वागला असेल त्याच्या तशा कृतीसाठी किंवा वागण्यासाठी तो स्वतः जितका जबाबदार असू शकतो, तितकीच बाह्य परिस्थितीही जबाबदार असू शकते. 'तो स्वतः जबाबदार असणं' याचा अर्थ वर्तन घडवून आणणारी कारणं 'आंतरिक' असणं आणि 'बाह्य परिस्थिती जबाबदार असणं' याचा अर्थ वर्तन घडवून आणणारी कारणं 'बाह्य' असणं. आंतरिक कारणं व्यक्तीद्वारा नियंत्रित केली जाऊ शकतात; पण बाह्य कारणं व्यक्तीच्या नियंत्रणापलीकडली असतात. यावरून असं म्हणता येईल की, एखादं चुकीचं वर्तन आंतरिक कारणांमुळे घडलं असेल तर असे वागणारा त्यासाठी दोषी समजला जावा. मात्र, ते वर्तन बाह्य कारणांमुळे घडलं असेल तर वागणाऱ्याला त्यासाठी दोषी ठरवणं उचित होणार नाही.

एवढी पार्श्वभूमी लक्षात घेतल्यावर एखाद्याच्या एका विशिष्ट प्रकारच्या वर्तनासाठी जबाबदार असणारी कारणं आंतरिक आहेत की बाह्य, हे कसं ठरवायचं हेही जाणून घ्यायला हवं. या बाबतीत काटेकोरपणा आणण्यासाठी काही निकषांचा वापर व्हावा असं सुचविण्यात आलं आहे. जे प्रमुख तीन निकष या संदर्भात वापरले जातात ते असे : १) घडलेलं वर्तन व्यक्तीच्या नेहमीच्या वर्तनशैलीत न बसणारं व म्हणून आगळ्यावेगळ्या प्रकारचं आहे का? २) व्यक्तीव्यतिरिक्त इतर कितीजणांच्या बाबतीत हे वर्तन घडलेलं आहे? ३) घडलेलं वर्तन व्यक्तीच्या हातून सातत्याने घडत असतं का?

पहिल्या निकषाचा विचार करून वरील उदाहरणातल्या कर्मचाऱ्याच्या बाबतीत असा प्रश्न विचारावा लागेल की, आजच्यासारखं बेजबाबदारपणे खूप उशिरा कामावर येणं हा त्याच्या नित्याच्या वर्तनाचा भाग आहे का? यासाठी त्याचं नेहमीचं एकूण वागणं कसं आहे हे लक्षात घ्यावं लागेल. म्हणूनच त्याच्यावर सोपवलेली कोणतीही जबाबदारी तो न चुकता पार पाडत असतो की ती टाळण्याचीच प्रवृत्ती त्याच्यात प्रबळ आहे, इतरांशी वागण्याची त्याची प्रवृत्ती भांडण्याची आहे की मित्रत्वाची, तो बिनभरवशाचा आहे की त्याच्यावर विसंबून राहण्याइतपत तो भरवशाचा आहे, या संबंधीचा आढावा आधी घ्यावा. नंतरच तो दोषी आहे की परिस्थितीमुळे त्याच्यावर उशिरा येण्याची वेळ आली आहे हे ठरवावं. एरवी तो कामचुकारपणा करत नाही, सगळ्यांशी मित्रभाव ठेवून वागतो आणि त्याच्यावर सोपवलेली जबाबदारी न चुकता पार पाडत असतो असा जर त्याच्या बाबतीत आपला अनुभव असेल तर, त्याचं

आजचं उशिरा येणं हा एक योगायोग असून त्यासाठी त्याला जबाबदार धरता येणार नाही. मात्र, त्याच्या नित्याच्या वागण्यात ज्या अनेक वाईट गोष्टी आहेत, त्यांच्यातलीच एक म्हणजे 'आजचा त्याचा वागण्यातला बेजबाबदारपणा' असं आपला अनुभव सांगत असेल तर, ही बाब आंतरिक असल्यामुळे तो स्वतः यासाठी कारणीभूत आहे, असं म्हणावयास हरकत नाही.

दुसरा निकष वापरताना 'कर्मचाऱ्याचं उशिरा येणं' ही त्याच्यापुरतीच मर्यादित बाब आहे की, तो जिथे राहतो त्या परिसरात राहणाऱ्या आपल्या कार्यालयातल्या इतरांच्या बाबतीतही हे घडलं आहे का याची दखल घेणं. विशेषतः ज्या एका विशिष्ट मार्गाने घरून कार्यालयात जाणारे जे काही लोक आहेत तेसुद्धा आज उशिरा आले का, हे पडताळून बघायला हवं. काही अपरिहार्य कारणामुळे त्या मार्गावरील वाहतूक बराच वेळ खोळंबल्यामुळे, इच्छा असूनही इतर कर्मचारीही वेळेवर कार्यालयात पोहोचू शकले नसतील तर 'तो कर्मचारी उशिरा आला असला तरी त्याला यासाठी दोषी धरू नये. थोडक्यात, संबंधित व्यक्तीसारखे इतर बरेचजण वागले असतील तर जे काही त्याच्या बाबतीत घडलं त्यासाठी त्याला जबाबदार मानलं जाऊ नये. याउलट त्याच्या आजच्या वागण्यासारखं दुसरं कोणी, त्याच्यासारखीच पार्श्वभूमी लाभलेली असूनही वागणारं नसेल तर जे काही घडलं त्यासाठी त्याला दोषी ठरवायला हरकत नाही.

तिसऱ्या कसोटीचा किंवा निकषाचा उपयोग करताना आज जसा कर्मचारी वागला तसा सातत्याने वागत असतो का, हे जाणून घेण्यावर भर दिला जातो. आज महत्त्वाचं काम असल्यामुळे नेहमीपेक्षा अर्धा तास आधी कार्यालयात येण्याची सूचना त्याला मिळाली होती, तरीही ठरलेल्या वेळेपेक्षा तो दीड तास विलंबाने कार्यालयात आला. हे वर्तन निश्चितच बेजबाबदारपणा सूचित करणारं आहे. पण असा बेजबाबदारपणा यापूर्वी कितीदा त्याच्या वागण्यात दिसून आला आहे? या प्रश्नाचं उत्तर 'अनेकदा' असं असेल तर आजच्या बेजबाबदार वागण्यासाठी तो स्वतः दोषी आहे असं म्हणावं लागेल. अशा वागण्यातलं 'सातत्य' हा त्याचा पुरावा आहे. उलट त्याच्या हातून असं बेजबाबदार वर्तन याआधी कधीच घडलेलं नाही, असा अनुभव असेल तर आजचं त्याचं उशिरा कामावर येणं ही एक अपवादात्मक घटना असल्यामुळे त्याला यासाठी जबाबदार धरणं उचित होणार नाही. त्याच्या नियंत्रणापलीकडे असणाऱ्या कोणत्यातरी कारणामुळे त्याला असं वागणं भाग पडलं.

एकंदरीत, आपल्या सहवासातल्या एखाद्याच्या हातून जी काही कृती घडली असेल त्यासाठी तो स्वतः जबाबदार आहे की बाह्य परिस्थितीच अशी होती की, ते

टाळणं त्याला शक्य नव्हतं म्हणून जे घडायचं होतं ते घडलंच, असा विचार केला जावा. कारण, त्याने 'जे काही केलं असेल' किंवा 'तो जसा काही वागला असेल' ते आंतरिक आणि बाह्य या दोन्ही प्रकारच्या घटकांमुळे घडू शकतं. म्हणूनच इतरांच्या वर्तनाचा अर्थ लावताना त्यांच्यावर अन्याय होऊ नये यासाठी वर सुचविण्यात आलेल्या निकषांचा एकत्रित विचार करून निर्णय घ्यावा. महत्त्वाचं हे आहे की, जेव्हा आपल्या संपर्कात वावरणाऱ्या एखाद्या व्यक्तीचं वर्तन चुकीचं, खटकणारं किंवा बेजबाबदार असल्याचं आपण पाहतो तेव्हा त्यासाठी त्यालाच दोषी ठरविण्याची घाई करू नये.

एखाद्याचं आपल्याला खटकणारं वर्तन त्याच्या शैलीत न बसणारं व म्हणून अगदी अनपेक्षित असेल, त्याच्यासारखीच पार्श्वभूमी असलेले सर्वचजण तसे वागले असतील, आणि यापूर्वी असं बहुधा तो कधीच वागला नसेल तर बाह्य परिस्थितीच्या प्रभावामुळे त्याला तसं वागणं भाग पडलं असावं, असं समजायला हरकत नाही. साहजिकच त्याच्या खटकणाऱ्या वागण्याचा दोष त्याच्याकडे जात नाही. उलट त्याचं खटकणारं वागणं हा त्याच्या एकूण वर्तनशैलीचाच भाग शोभावा असं असल्यामुळे त्याने तसं वागणं अपेक्षितच असेल, त्याच्यासारखीच पार्श्वभूमी लाभलेल्यांपैकी कोणीच त्याच्यासारखं वागलं नसेल, आणि पूर्वीपासून तो असाच वागत आला असेल तर त्याच्या व्यक्तिगत दोषांमुळेच त्याच्या हातून खटकणारं वर्तन घडलेलं आहे, असं म्हणता येईल.

समारोपादाखल असं सुचवावंसं वाटतं की, ज्या लोकांच्या संपर्कात आपल्याला सतत राहावं लागतं त्यांच्याशी आपले संबंध सौहार्दपूर्ण असायला हवेत. म्हणूनच त्यांच्यापैकी काही जणांचं वागणं जरी एखाद्या वेळी खटकण्यासारखं असलं तरी, यासाठी त्यांना दोष देण्याआधी काही कारणांमुळे त्यांना तसं वागणं भाग पडलं असेल का, हे जाणून घ्यायला हवं. यालाच 'त्यांना नीट समजून घेणं' असं म्हटलं जातं. अन्यथा बाह्य परिस्थितीच अशी काही होती की, त्यांना तसं वागणं भाग पडलं, असं नंतर आपल्या कानावर आल्यामुळे आपण त्यांना नीट समजून घेऊ शकलो नाही, याचं आपल्याला वाईट वाटेल. पण यामुळे आपण त्यांना नीट समजून घेऊ शकलो नाही ही वस्तुस्थिती बदलणार नाही. म्हणूनच इतरांना नीट समजून घेऊन त्यांच्या वागण्याचा उचित अर्थ लावायला आपण शिकलो तर त्यांच्या आदरास आपण पात्र ठरू आणि त्यांना आपला सहवास हवाहवासा वाटेल.

३

योग्य क्षणीच योग्य वर्तन

दररोज सकाळपासून संध्याकाळ आणि रात्री झोपेपर्यंत आपण वेगवेगळ्या परिस्थितींमध्ये वावरत असतो. सर्व परिस्थितींमध्ये आपलं वागणं सारखंच असतं का? खचितच नाही. कारण, परिस्थिती बदलली की संदर्भही बदलतो व म्हणून बदललेल्या संदर्भाचं भान ठेवूनच आपल्याला 'कसं वागायचं' हे ठरवावं लागतं. जेव्हा आपण घरी असतो तेव्हा बाहेर असताना जी बंधनं पाळावी लागतात त्यांची आवश्यकता फारच कमी असते. आपल्या वागण्यात अशा वेळी औपचारिकतेचा भाग कमी असतो. पण शाळा, कॉलेज किंवा कार्यालयासारख्या संस्थांमध्ये आपली कार्यभूमिका निभावण्याच्या निमित्ताने जेव्हा आपण वावरतो, तेव्हा त्या संस्थांमधील नियमांचं उल्लंघन होणार नाही, अशी खबरदारी वागताना घ्यावी लागते. यामुळे साहजिकच आपल्या वागण्यात औपचारिकतेचं प्रमाण वाढतं. हे लक्षात घेतल्यामुळेच योग्य ते वर्तन अशा वेळी आपल्या हातून घडत असतं. थोडक्यात, एखाद्या विशिष्ट क्षणी ज्या परिस्थितीत आपण वावरत असतो ती कशी आहे, हे लक्षात घेऊन जर आपण वागलो तर ते सुसंगत असल्याकारणाने योग्य समजलं जातं.

मात्र, योग्य क्षण ओळखून वागण्याचं कसब सर्वांमध्ये सारख्याच प्रमाणात असल्याचं दिसत नाही. कारण, जेव्हा आपण जे काही बोलतो किंवा करतो तेव्हा असं करण्यासाठी जो क्षण 'योग्य' समजला जातो तो आलेला असणं आवश्यक असतं, आणि नेमकं हेच तारतम्य पाळणं बऱ्याचजणांना जमत नाही. म्हणूनच बरेचदा ते जे काही बोलतात किंवा करतात त्यासाठी आपण निवडलेला क्षण योग्य आहे की नाही, याचं भानच त्यांना नसतं. यामुळे साहजिकच त्यांचं असं वागणं किंवा बोलणं इतरांना खटकतं. पण जे लोक 'आपण जसं बोलतो आहोत किंवा जे काही करतो आहोत त्यासाठी योग्य ठरणारा क्षण आत्ताचाच ना'? याचा विचार करून पुढचं पाऊल टाकतात, त्यांचं असं वागणं इतरांना भावतं.

'योग्य क्षणीच योग्य वर्तन' या तत्त्वाचं अनुसरण करणं याचा एक अर्थ वागण्यात उतावळेपणा असू नये असाही होऊ शकतो. बऱ्याच स्कूटर किंवा मोटरसायकल चालकांना ट्रॅफिक सिग्नलपाशी पोहोचल्यावर 'लाल' दिवा 'हिरवा' होण्याआधीच वाहन सुरू करून पुढे जाण्याची घाई झाल्याचं आपण बरेचदा पाहतो. त्यांच्यातला हा उतावळेपणा योग्य क्षणाची वाट न बघता वागण्याची प्रवृत्ती त्यांच्यात प्रबळ असल्याचं सूचित करतो. हे वर्तन अयोग्यच नव्हे तर आत्मघातकीसुद्धा आहे. उतावळेपणाचे इतरही काही प्रकार बघावयास मिळतात. काहीजणांच्या अगदी जवळच्यांपैकी कोणी एखाद्या स्पर्धेत भाग घेतलेला असतो किंवा एखादी महत्त्वाची परीक्षा दिलेली असते. अशा वेळी स्पर्धेच्या किंवा परीक्षेच्या निकालाकडे त्यांचे डोळे लागलेले असतात. घाई अनावर झाल्यामुळे काही मध्यस्थांच्या मदतीने संबंधित लोकांशी संपर्क साधून याबद्दल काही माहिती हाती लागते का, याचा ठाव घेण्याचा ते प्रयत्न करतात. त्यांच्या कानावर आलेली माहिती कितपत खरी आहे, हे नीट पडताळून न पाहता संभाव्य निकालाची वाच्यता करण्याचा उतावळेपणा त्यांच्या हातून घडू शकतो. त्यांचं हे असं वागणं त्यांच्यात प्रगल्भतेचा अभाव असल्याचं सूचित करतं आणि त्यांच्या उतावळेपणाची कीव करावीशी वाटते.

शिष्टाचार आणि चांगल्या सवयी, हा योग्य क्षण ओळखून वागण्याचाच परिपाक होय. 'जेव्हा जे करायला हवं तेव्हा ते करणं आणि जे करायला नको ते टाळणं' असं भान ठेवून जो वागतो तो इतरांवर निश्चितच चांगली छाप सोडून त्यांना अतिशय छान प्रभावित करू शकतो. जेव्हा एखादा कर्मचारी कार्य परिस्थितीत इतरांसमवेत काम करत असतो तेव्हा त्याच्या बायकोच्या विचित्र वागण्यामुळे तो घरी किती बेजार झालेला असतो हे त्यांना सांगून त्यांची सहानुभूती मिळवण्याचा प्रयत्न करणं समर्थनीय ठरू शकत नाही. कार्य परिस्थितीत सर्वजण आपापल्या कामात व्यस्त असल्यामुळे कामाव्यतिरिक्त बोलायला कोणालाच सवड नसते. तरीही 'टी ब्रेक' किंवा 'लंच ब्रेक' सारख्या सुट्टीत एक-दोन सहकाऱ्यांना पकडून त्यांच्यासमोर आपल्या वैयक्तिक स्वरूपाची अडचण ऐकायला लावण्याचा प्रयत्न जर हा कर्मचारी करत असेल तर त्यांच्याकडून अपेक्षित प्रतिसाद मिळण्याची शक्यता कमीच असते. घरगुती कटकटी, आणि त्याही नवरा-बायकोतील बेबनावाशी संबंधित, त्याला कशा त्रस्त करताहेत हे सहकाऱ्यांना सांगण्यासाठी ही वेळ उचित ठरूच शकत नाही. म्हणूनच त्याने असं दुःसाहस करणं टाळावं. अन्यथा लोक त्याची कीव केल्याशिवाय राहणार नाहीत. मात्र, एरवी इतरांच्या दुःखद प्रसंगी त्यांना नैतिक आधार देणं किंवा ज्याने विशिष्ट क्षेत्रात चांगली कामगिरी पार पाडून यश संपादन केलं असेल त्याचं खूप दिरंगाई न

होऊ देता अभिनंदन करणं हे शिष्टाचाराचे असे काही नियम आहेत की त्यांचं पालन करणाऱ्यांच्या वागण्याचं सर्वत्र कौतुक केलं जातं.

वेळ कोणती हे पाहून योग्य वर्तन कसं असावं हे ठरवणं भावनांच्या अभिव्यक्तीच्या संदर्भात महत्त्वाचं मानलं जातं. जेव्हा रागासारखी भावना एखाद्यात बळावते तेव्हा त्याच्यात शारीरिक आणि मानसिक क्रियाशीलता अतिशय वाढते. यामुळे भावनेला आवेगाचं स्वरूप प्राप्त होतं. म्हणूनच राग व्यक्त करताना आवाज चढतो, मुठी आवळल्या जातात आणि आक्रमकता वाढते. शिवाय आवेगात्मक अभिव्यक्तीत तर्कसंगत वर्तनाचा अभाव असल्याने असभ्य आणि असंस्कृत शब्दप्रयोग करून क्रोधित झालेला माणूस अद्वातद्वा बोलू लागतो. म्हणूनच ज्या क्षणी रागासारखी भावना बळावते तो क्षण जपणं फारच आवश्यक असतं. हे उल्लेखनीय आहे की, आवेग ही अवस्था काही काळ टिकते आणि मग ती क्षीण होत जाऊन नाहीशी होते. म्हणूनच राग आला तरी त्या क्षणी आवेगात्मक अभिव्यक्तीला थोपवून संयम राखावा. हळूहळू आवेग ओसरून तार्किक विचाराला चालना मिळेल आणि मग निःसंकोचपणे दुसऱ्याच्या वर्तनात खटकण्यासारखं काय होतं हे त्याला सांगून टाकावं. निःसंकोच अभिव्यक्तीत आक्रमतेचा अभाव असतो व म्हणून अशी प्रतिक्रिया जास्त परिणामकारक ठरते.

आपल्या सामाजिक जीवनात आपण शेजारी, मित्रमंडळी आणि ज्या वसाहतीत आपण राहतो त्यातील रहिवासी इत्यादींच्या संपर्कात येत असतो. त्यामुळे नेहमी आपलाच विचार करत राहणं अनुचित ठरेल. कारण सदैव स्वतःतच गर्क राहिल्यामुळे आपल्या भोवती काय चाललं आहे याकडे आणि प्रत्येक क्षण हा जसा आपला स्वतःचा असतो तसाच तो इतरांचाही असतो, याकडेही आपलं दुर्लक्ष होईल. त्यामुळे जो क्षण आपल्यासाठी आनंदाचा असतो तो इतरांसाठी दुःखाचा असू शकतो याचा विसर आपल्याला पडेल; मात्र, असं कधीही होता कामा नये. आपल्याकडे जरी आपण एखाद्या क्षणी आनंद साजरा करत असलो तरी शेजाऱ्यांकडे कोणी अचानक गंभीररीत्या आजारी पडलेलं असू शकतं व म्हणून तो क्षण त्यांच्यासाठी दुःखद असतो. तरीही असं घडल्याची दखल न घेता किंवा ते कळलेलं असूनसुद्धा त्याकडे विशेष लक्ष न देता आपण आपली मजामौज चालूच ठेवली तर?... ती एक फार मोठी चूक ठरेल. उलट जो गाजावाजा आपल्याकडे सुरू असेल तो स्थगित करून त्यांच्याकडे मदतीसाठी आणि त्यांना नैतिक आधार देण्यासाठी धाव घ्यावी.

जीवन कसं जगावं यासंबंधीचं मार्गदर्शन भगवद्गीतेत करण्यात आलं आहे. म्हणून 'योग्य क्षणीच योग्य वर्तन' यासंबंधीचा उल्लेख या जीवनशास्त्रात केला गेला

आहे का, आणि असलाच तर तो कशा प्रकारे हे जाणून घेणं उद्बोधक ठरेल. गीतेत कर्म करण्यावर विशेष भर देण्यात आला आहे. प्रत्येकासाठी प्रारब्धवशात जे कर्म निश्चित झालेलं असतं ते त्याच्यासाठी 'नियत कर्म' असल्याचं मानलं जातं. हे कर्म जेव्हा एकाग्रतेने आणि संतुष्ट भावनेने केलं जातं तेव्हा ते करणाऱ्याने 'योग' केला आहे असं म्हटलं जातं. 'आपलं प्रत्येक कर्म कुशलतेने पार पाडणं म्हणजे योग' (योगः कर्मसु कौशलम्) अशी योगाची सोपी परिभाषा दुसऱ्या अध्यायातील पन्नासाव्या श्लोकात करण्यात आली आहे.

वरील परिभाषा प्रत्यक्ष दैनंदिन जीवनात कशी लागू पडते हे समजून घेणं औचित्याचं ठरेल. एखादा शिक्षक अगदी तन्मयतेने त्याचा विषय विद्यार्थ्यांना समजेल अशा भाषेत शिकवत असेल तर त्याने अध्यापनाचा योग केला असं म्हणता येईल. याचा अर्थ तो शिकवताना योगस्थ झाला होता. जर एखादा विद्यार्थी चित्त एकाग्र करून अभ्यास करत असेल तर तो योगस्थ झाला असं म्हणता येईल. तसंच खेळत असताना त्याने आपलं चित्त खेळावरच केंद्रित करणं अपेक्षित आहे. म्हणून एकाग्र चित्ताने खेळणं म्हणजेही योगस्थ होणंच, असं म्हणता येईल.

याचा मथितार्थ हाच की, कोणत्याही क्षणी जे कर्म आपण करत असतो ते करताना अन्य कशाचाच विचार मनात येऊ देऊ नये. नाहीतर हाती घेतलेलं कर्म कुशलतापूर्वक पार पडणार नाही. म्हणूनच अभ्यास करताना जर विद्यार्थी खेळण्याचा विचार करत असेल तर अभ्यासात व्यत्यय येऊन अभ्यास नीट होणार नाही. तसंच खेळतानासुद्धा तो अभ्यासाचाच विचार करत असेल तर खेळात चित्ताची एकाग्रता साधली जाणार नाही आणि यामुळे खेळ बिघडेल. अशा प्रकारे अभ्यास आणि खेळ ही दोन्ही कर्मे एकाग्रतेच्या अभावी बिघडली तर त्या दोनपैकी एकही कर्म विद्यार्थ्याने योगस्थ बनून केलं नसल्यामुळे त्याची अशी अवस्था झाली असं म्हणावं लागेल. म्हणूनच 'योग्य क्षणीच योग्य वर्तन' या तत्त्वाचं पालन केलं गेलं तर एकाग्रता साधली जाऊन हाती घेतलेलं कर्म कुशलतापूर्वक पार पडेल आणि म्हणून कर्म करणाऱ्याने योगस्थ होऊन कर्म पार पाडलं असं म्हटलं जाईल. असं योगस्थ होऊन कर्म करणाऱ्यांमध्ये एक आगळाच आत्मविश्वास नांदत असतो आणि यामुळे त्यांचा व्यक्तिगत प्रभाव उन्नत होतो.

४

श्रवण : एक महत्त्वाचं संवादकौशल्य

एकदा एक युवक आगगाडीतून प्रवास करत होता. शेजारच्या सहप्रवाशाशी त्याची ओळख झाली. त्यांच्या गप्पा चालू असताना पर्यटनस्थळांचा विषय निघाला. आपण कोणकोणत्या पर्यटनस्थळांना भेटी दिल्या, हे सहप्रवासी युवकाला सांगू लागला. कुलू-मनालीच्या बर्फाच्छादित पहाडी प्रदेशात आपण काय काय पाहिलं आणि अनुभवलं हे तो युवकाला सांगत होता. ते ऐकत असतानाच याच भागातल्या काही पहाडांवर आपण कसं ट्रेकिंग केलं हे सहप्रवाशाला सांगावं, असं युवकाच्या मनात आलं. आपलं 'निवेदन' रचण्यात तो मग्न झाला आणि सहप्रवाशाच्या बोलण्याकडे त्याचं दुर्लक्ष झालं. सहप्रवाशाचं बोलणं चालूच होतं. पण मध्येच तो अचानक थांबला आणि युवकाला त्याने विचारलं, "कसा काय वाटला तुला माझा अनुभव?" क्षणाचाही विलंब न लावता युवक म्हणाला, "व्वा, अतिशय छान! सुट्टीत थंड हवेच्या ठिकाणी गेल्यावर मजा-मौज करावी ती तुमच्यासारखीच!" हे ऐकताच सहप्रवासी अवाक् झाला. काही क्षण युवकाकडे रोखून पाहिल्यावर तो म्हणाला, "अच्छा, जे मी भोगलं ती मजामौज होती तर! स्केटिंगच्या नादात तोल जाऊन माझ्या उजव्या पायाचं हाड मोडलं म्हणून मला नजीकच्या इस्पितळात सुट्टी संपेपर्यंत खितपत पडावं लागलं. पण याला मजामौज म्हणतात हे मला माहीत नव्हतं." हे ऐकून युवक खजील झाला. सहप्रवाशाच्या बोलण्याकडे दुर्लक्ष झाल्याने मूर्खासारखं काहीतरी बोलून आपण आपली फजिती करून घेतली, हे त्याच्या लक्षात आलं.

बऱ्याचजणांच्या बाबतीत हे असं घडत असतं. इतरांच्या बोलण्यातला अर्धा भागच त्यांनी नीट ऐकलेला असतो आणि उर्वरित भागाकडे त्यांचं लक्षच नसतं. पण याचं कारण काय? आपली बोलण्याची आणि विचार करण्याची गती श्रवणापेक्षा बरीच जास्त असते. म्हणूनच दुसऱ्यांचं बोलणं ऐकत असतानासुद्धा आपल्या मनातले

विचार आपलं लक्ष वेधून घेतात आणि बोलणाऱ्याकडे आपलं दुर्लक्ष होऊ लागतं. तरीही बरेचजण 'आपल्याला बोलणं जरी नीट जमत नसलं तरी ऐकणं मात्र चांगलं जमतं.' असं म्हणताना आढळतात.

ज्यांच्या समवेत आपण जीवन व्यतीत करत असतो त्यांच्याशी आपल्याला सदोदित संवाद साधावा लागतो. हा संवाद सुसंवाद न ठरता त्याचं पर्यवसान विसंवादात झालं की, परस्परसंबंध सलोख्याचे राखण्यात बाधा निर्माण होते. म्हणूनच श्रवणाला संवादात अतिशय महत्त्व दिलं जातं. श्रवण सदोष असल्यामुळेच बरेचदा लोक एकमेकांना समजून घेऊ शकत नाहीत, हे इथे उल्लेखनीय आहे. परस्परात सुसंवाद न साधता आल्यानेच त्यांच्यात दुरावा निर्माण होतो. जेव्हा ऐकण्यात अवधानाचा अभाव असतो तेव्हा श्रवणात दोष निर्माण होतो. उलट सातत्याने अवधान केंद्रित करून ऐकण्यालाच श्रवण असं म्हटलं जातं. निर्धारपूर्वक प्रयत्न केले तर श्रवणकौशल्य परिणामकारक बनू शकतं. अर्थात हे प्रयत्न कोणत्या दिशेने व्हायला हवेत आणि कशावर त्यात भर दिला जावा हे नीट माहीत करून घेणं महत्त्वाचं आहे.

व्यवधाने टाळावी

'आपल्याशी कोणीतरी बोलतं आहे' याची पर्वा न करता काहीजण ऐकत असताना हातातल्या पेन्सिलीशी किंवा मनगटावरल्या घड्याळाशी चाळा करत असतात. यामुळे ऐकण्यात निश्चितच व्यत्यय निर्माण होतो. तसंच गाणं ऐकताना एरवी एका तळहातावर दुसऱ्या हाताच्या बोटांनी ताल धरणं किंवा एका विशिष्ट लयीत पाय हलवणं आपण समजू शकतो. पण या क्रिया दुसरं कोणी आपल्याशी बोलत असताना केल्या जाऊ नयेत; तरीही काहीजण दुसऱ्यांचं बोलणं ऐकत असताना असं काहीतरी करत असतातच, यामुळे श्रवणातली एकाग्रता नष्ट होते. पेन्सिलीशी चाळा करणं किंवा बोटांनी ताल धरणं अशा कृती दुसऱ्यांचं बोलणं ऐकत असताना जे लोक टाळू शकत नाहीत, ते एक प्रकारे बोलणाऱ्यांवर अन्यायच करत असतात.

म्हणूनच ऐकताना थेट बोलणाऱ्याकडे बघावं. बोलणाऱ्याच्या दृष्टीवर जेव्हा आपण आपली दृष्टी केंद्रित करतो तेव्हा बोलणाऱ्याकडे आपलं पूर्ण लक्ष असून तो जे सांगतो आहे त्यात आपल्याला रुची असल्याचं सूचित होतं. याशिवाय ऐकताना डोक्याची होकारार्थी हालचाल करावी. यामुळे बोलणाऱ्याला प्रोत्साहन मिळतं. नीट लक्ष देऊन ऐकल्याशिवाय अशा क्रिया घडून येत नाहीत हे इथे उल्लेखनीय आहे.

ऐकताना आपली बैठक कशी असावी यालाही श्रवणात महत्त्व दिलं जातं. जेव्हा आपली बैठक ऐसपैस किंवा आरामशीर नसते तेव्हा ऐकण्यात व्यत्यय निर्माण होतो. ज्या बैठकीत आपल्याला अवघडल्यासारखं वाटतं त्या बैठकीमुळे होणाऱ्या

त्रासाकडेच आपलं अर्धं लक्ष वेधलं जातं. आरामशीर बैठकीमुळे हा व्यत्यय टळतो. आरामशीर बसणं म्हणजे हातपाय पसरून लोळणं किंवा झोपणं नव्हे, तर ज्यामुळे ऐकण्यात व्यत्यय निर्माण होणार नाही अशी आसनव्यवस्था करून बसणं!

श्रवणाला अभिव्यक्तीएवढंच महत्त्व द्यावं

स्वतःला प्रभावीपणे 'अभिव्यक्त करणं' किती महत्त्वाचं आहे हे अगदी लहानपणापासूनच आपल्यावर बिंबवलं जातं. म्हणूनच चारचौघांमध्ये आपल्याला नीट बोलता आलं पाहिजे यावर मोठे झाल्यावर आपण विशेष भर देतो. मात्र, या बाबतीत आपण कच्चे आहोत असं ज्यांना वाटतं त्यांना ही कमतरता सतत खटकत असते. एका विवाहित युवतीला नेमकी हीच समस्या सतत त्रस्त करत होती.

ग्रामीण पार्श्वभूमी लाभलेल्या या तरुणीला विवाहानंतर एका मोठ्या शहरात स्थायिक व्हावं लागलं. तिचा नवरा एका नामांकित कंपनीत उच्च पदावर कार्यरत होता. त्यामुळे तिला त्याच्याबरोबर अनेक पार्ट्यांमध्ये आणि समारंभांमध्ये सहभागी व्हावं लागत असे. अशा प्रसंगांमध्ये वावरण्याचा सराव नसल्यामुळे इतरांशी कसं बोलावं आणि काय बोलावं हे तिला सुचत नसे. इतर लोक मात्र सराईतपणे वागत असल्याचं पाहून ती अस्वस्थ होत असे. एकदा ती एका पार्टीत सहभागी झाली असताना सर्वांनाच आदरणीय वाटणारा एक ज्येष्ठ उच्चपदस्थ व्यवस्थापक तिची विचारपूस करण्यासाठी तिच्याजवळ आला. त्याच्या वागण्यातल्या आपुलकीमुळे तिला छान वाटलं आणि तिने अगदी मनमोकळेपणाने तिची व्यथा त्याच्यासमोर मांडली. ते ऐकून तो म्हणाला, ''पोरी, ... अशा समारंभामध्ये स्वतःचे गोडवे गाणारेच अधिक असतात. मात्र, त्यांच्या बोलण्यात रस घेणारे सच्चे श्रोते त्यांना क्वचितच मिळतात. एरवी ज्यांच्याशी ते बोलतात त्यांच्यापैकी बहुतेक लोक त्यांना एक औपचारिकता म्हणूनच प्रतिसाद देत असतात. जरी ते इतरांशी नेहमीच बोलताना दिसत असले तरी त्यांना मिळणारा प्रतिसाद 'अस्सल' नसल्याची जाणीव त्यांना असल्यामुळे ते असमाधानी असतात. मात्र, जेव्हा तुझ्याशी कोणी बोलत असताना त्यांचं म्हणणं तू ऐकत असतेस तेव्हा त्यात आस्था असते आणि आपुलकीने तू प्रतिसाद देते आहेस हे जाणवल्याने त्यांना खूप छान वाटत असतं. तुझ्या प्रतिसादातल्या सच्चेपणामुळे तू बोलणाऱ्याला 'मोठं' बनवत असतेस. साहजिकच त्यांच्या मनात तुझ्याबद्दल नितांत आदर असल्याचं मला बरेचदा जाणवलं आहे. पण तुला याची कल्पना नाही, कारण श्रवण हे एक कौशल्य असल्याचं तू कधी लक्षात घेतच नाहीस. आता मात्र विसरू नकोस की, तुझ्यातल्या श्रवणकौशल्यामुळेच तू इतरांना प्रभावित केलं आहेस. मग या कौशल्याला कमी लेखण्याचं कारणच काय?

खरोखर अभिव्यक्तीएवढंच किंबहुना त्याहून अधिक महत्त्व श्रवणाला दिलं जातं हे कोणीही विसरू नये.

शाब्दिक प्रतिसाद द्यावा

एखादी व्यक्ती आपल्याला जे काही सांगत असेल ते ऐकताना, 'हो, का?' किंवा 'अरे वा' अशा शब्दांच्या द्वारे प्रतिसाद द्यावा. आपण तिच्या बोलण्यात रस घेतो आहोत हे यामुळे तिला जाणवेल. तसंच कोणी जेव्हा एखाद्या प्रसंगाचं वर्णन करत असतं तेव्हा, 'मग पुढे काय झालं?' असं मधून मधून विचारत राहावं. त्यामुळे त्या प्रसंगात काय काय घडलं हे जाणून घेण्यास आपण खरंच उत्सुक आहोत हे त्याला जाणवेल. शिवाय आपण ऐकणाऱ्याला 'बोअर' करत नाही आहोत हेही त्याला समजून येईल. शाब्दिक प्रतिसादाला संवादात जे महत्त्व दिलं जातं ते यासाठीच. आपल्याकडून असा प्रतिसाद न मिळाल्यास कर्णबधिर व्यक्तीशी बोलताना जशी एखाद्याची अवस्था होते तशीच ती आपल्याशी बोलत असलेल्या व्यक्तीची होईल.

दुसरे कोणी जर आपल्याला त्यांची व्यथा ऐकवत असतील तर अशा प्रतिसादाला फारच महत्त्व प्राप्त होतं. 'आपलं दुःख समजून घेणारं कोणीतरी या जगात आहे' असा दिलासा व्यथित व्यक्तींना अशा प्रतिसादामुळे मिळतो. शिवाय त्यांच्या मनावरचा ताण सैल होण्यास यामुळे हातभार लागतो. उलट अशा प्रतिसादाचा अभाव असेल तर बोलणारी व्यक्ती आहे त्याहून अधिक व्यथित होण्याची शक्यता असते. आपल्या बायकोच्या विचित्र वर्तनामुळे आपण अस्वस्थ आहोत असं एकजण आपल्या मित्राला सांगत होता. "काल तर बायकोने हेकेखोरपणाचा कळसच केला आणि त्यामुळे मी अतिशय वैतागलो. रात्रभर अस्वस्थ होतो आणि मला नीट झोपच लागली नाही." असं तो मित्राला म्हणाला. मित्राकडून योग्य प्रतिसाद मिळेल आणि नेमकं काय आणि कशामुळे बिनसलं हे तो आस्थेने विचारेल असं त्याला वाटलं. यातून मार्ग कसा काढायचा हेही तो कदाचित आपल्याला सांगेल, अशी त्याला अपेक्षा होती. पण झालं उलटंच. मित्र अगदी थंडपणे म्हणाला, "अरे, नवराबायको म्हटलं की असं होणारच अधूनमधून! त्यात विशेष असं काय आहे?" एवढं बोलून लगेच त्याने विषय बदलला आणि विचारलं, "बरं, आणखी कसं काय?... नोकरी काय म्हणते तुझी?... इतक्यात प्रमोशनची शक्यता आहे का?" या थंड प्रतिसादामुळे बोलणारा अधिकच व्यथित झाला. कारण आपल्याला समजून घेणारं कोणीच नाही–अगदी आपला मित्रसुद्धा–अशी त्याची पक्की खात्री झाली.

बोलणाऱ्याच्या मनातले अव्यक्त शब्ददेखील ऐकता आले पाहिजेत

बऱ्याच यशस्वी व्यावसायिकांमध्ये हे कौशल्य हमखास आढळून येतं. बरेचदा उपभोक्ते त्यांच्या मनात नेमकं काय आहे हे व्यक्त करणं टाळतात. मात्र, ते जाणून घेण्यात काही व्यावसायिक निष्णात असतात. वापरलेल्या कार्स विकणाऱ्या एका व्यावसायिकाकडे एकजण आला आणि ''एखादी चांगली सेकण्ड हॅण्ड कार मला विकत घ्यायची आहे.'' असं म्हणाला. व्यावसायिकाने त्याला चार-पाच चांगल्या गाड्या दाखवल्या. एक-दोन गाड्यांची ट्रायलही घेऊन झाली. मात्र, हे सर्व झाल्यावर गिऱ्हाईक त्याला म्हणाला, ''गाड्या तशा छानच आहेत, पण आमच्या घरच्यांना त्या आवडतील की नाही याबद्दल मी साशंक आहे.'' वस्तुतः हे ऐकून व्यावसायिकाला चीड यायला हवी होती. पण तो चिडला नाही. उलट गिऱ्हाइकाकडे तो पूर्णपणे लक्ष ठेवून होता. गिऱ्हाइकाच्या आवाजात ठामपणा नव्हता. तसंच त्याचे चेहऱ्यावरचे स्मित मनातले खरे भाव व्यक्त करणारे नव्हते हे व्यावसायिकाला स्पष्टपणे जाणवलं. म्हणूनच 'आपल्या आवडीची कार' आणि 'ती विकत घेण्यासाठी मोजावी लागणारी रक्कम' या दोहोंमध्ये मेळ कसा घडून येणार या चिंतेने गिऱ्हाईक अस्वस्थ झाला असल्याचं व्यावसायिकाने ओळखलं. गाड्या आवडल्या होत्या पण पुरेशा पैशाअभावी त्यांच्यापैकी एकही आपण विकत घेऊ शकत नाही, हे गिऱ्हाइकाला स्पष्ट करणं कमीपणाचं वाटलं. पण व्यावसायिकाने त्याचं मनोगत ओळखलं होतं. एका अर्थी व्यावसायिकाने गिऱ्हाइकाचं 'स्वगत' ऐकलं होतं, म्हणूनच व्यावसायिक त्याला म्हणाला, ''ठीक आहे, तुम्हाला मी आणखी काही गाड्या दाखवीन. त्या तुम्ही आणि तुमच्या घरच्यांनी बघितल्यावरच अंतिम निर्णय घ्या.'' त्याच्या बजेटला परवडतील अशाच चांगल्या गाड्या व्यावसायिक त्याला दाखवण्यास उत्सुक असल्याचा संदेश गिऱ्हाइकाला मिळाला. ''थँक यू, तुमच्याकडे आम्हाला कधी येणं जमेल हे मी तुम्हाला एक-दोन दिवसात कळवतो' असं म्हणून गिऱ्हाईक खूश होऊन परत गेला.

कौटुंबिक जीवनातदेखील हे कौशल्य अतिशय उपयुक्त ठरतं. कोण काय म्हणतं आहे हे ऐकताना केवळ शाब्दिक अर्थ लक्षात घेणं पुरेसं नसतं. बोलण्यातून एखादा गर्भित अर्थ सूचित होतो आहे का, हेही समजून घेता आलं पाहिजे. एकदा एक उच्चपदस्थ व्यवस्थापक आपलं कार्यालयीन काम संपवून घरी आला. आदल्या दिवशी घरखर्चाबाबत घरी बाचाबाची झाली होती. ते निमित्त साधून बायकोला तो चिडून म्हणाला, ''साध्या साध्या गोष्टींसाठीसुद्धा आजकाल तुमच्याकडे पैसे नसतात, असंच तुम्हा सर्वांना म्हणायचं आहे ना? आणि हे सगळं माझ्या उधळपट्टीपणामुळे

घडतं आहे, असंच ना?'' वस्तुतः आदल्या दिवशी जी काहीशी चर्चा झाली होती ती तेव्हाच संपलीपण होती. मग आता त्याबाबत बोलण्याची गरजच कुठे होती? तरीही तो आज ऑफिसातून आल्यावर एकदम बायकोवर का चिडला?... तिच्या मात्र हे लक्षात आलं की, दिवसभरात कोणाशी तरी आज त्याचा खटका उडला असावा आणि यामुळे अस्वस्थ झाल्याने तो घरी आल्यावर सगळा राग त्याने माझ्यावर काढला. म्हणूनच ती अतिशय प्रेमाने त्याला म्हणाली, ''हे बघा, तुम्ही आधी स्वस्थपणे बसा. मी पाणी आणते आणि नंतर लगेच चहा करते. नंतर बोलू नं आपण या विषयावर.'' काही वेळाने त्याचा आवेग ओसरला आणि आपण काय बोललो होतो हे नंतर तो विसरला. दुसऱ्यांच्या बोलण्यातला गर्भित अर्थ लक्षात घेण्याइतपत चांगलं श्रवण जर आपण करू शकलो, तर परस्परांमधील स्नेहपूर्ण संबंध कायम राखण्यात आपण यशस्वी होऊ शकतो.

परीक्षकाच्या भूमिकेतून श्रवण करू नये

दुसऱ्या व्यक्तीचं बोलणं ऐकताना तो जे म्हणाला ते 'योग्य आहे की अयोग्य' किंवा 'चूक आहे की बरोबर' असं मूल्यांकन करण्याची आपली भूमिका असू नये. कारण त्याचं म्हणणं नीट ऐकून घेणं हे आपल्यासाठी अधिक महत्त्वाचं असतं. निर्णायकाच्या भूमिकेतून श्रवण केलं तर, त्याचा मुद्दा बरोबर नाही असं आपल्याला वाटू शकतं. मग 'आता पुढे तो काय म्हणणार आहे हे ऐकण्यात काहीही अर्थ नाही' असं आपण ठरवतो. यामुळे त्याला खरंच काय म्हणायचं आहे हे जाणून घेण्याचा प्रयत्नच आपण करत नाही. म्हणूनच त्याच्या अभिव्यक्तीला जो न्याय मिळायला हवा तो आपण देऊ शकत नाही.

शिवाय बोलणाऱ्याची भूमिका आपल्याला रुचली नसेल तर एक व्यक्ती म्हणूनही आपल्याला ती आवडेनाशी होते; पण एखाद्याची विचारसरणी जरी पटण्याजोगी नसली तरी 'व्यक्ती' म्हणूनही तिला सन्मानपूर्वक वागणूक देणं टाकून कसं चालेल? प्रत्येकाच्या व्यक्तिगत स्वातंत्र्याचा योग्य तो मान राखला गेलाच पाहिजे. म्हणूनच निर्णायकाच्या किंवा परीक्षकाच्या भूमिकेत न शिरता अगदी खुल्या दिलाने श्रवण करावं.

श्रवणाचं संवादातील महत्त्व लक्षात घेता इतर लोक जेव्हा आपल्याशी बोलत असतात तेव्हा 'खरोखरच त्यांचं बोलणं आपण नीट लक्ष देऊन ऐकत असतो का?' असा प्रश्न प्रत्येकाने स्वतःला विचारावा, असं इथे समारोपादाखल सुचवावसं वाटतं. अर्थात वर म्हटल्याप्रमाणे काही पथ्यं पाळली तर श्रवणकौशल्य परिणामकारक बनवणं सहज शक्य आहे, हे मात्र निश्चित.

५

स्व-व्यवस्थापन अत्यंत महत्त्वाचं

आपलं वर्तन प्रभावी बनवण्याच्या संदर्भात मोकळेपणाला अतिशय महत्त्व दिलं जातं. मोकळेपणा वाढवण्यासाठी 'आत्माभिव्यक्ती' आणि 'प्रतिभरण' (फीडबॅक) या तंत्रांचा जास्तीतजास्त उपयोग करणं आवश्यक असतं. अर्थात आपल्या अंतरंगाची अभिव्यक्ती करताना काही पथ्यं पाळावी लागतात. विशेषतः भावना व्यक्त करताना त्यांना जे आवेगात्मक स्वरूप प्राप्त झालेलं असतं ते लक्षात घेता त्यांचा उद्रेक होऊ नये याची दक्षता घेणं जरुरीचं असतं. भावना जेव्हा आवेगाच्या स्वरूपात व्यक्त होते तेव्हा आपण उत्तेजित झालेले असतो, व म्हणून जे काही बोलतो किंवा करतो ते योग्य की अयोग्य याचं आपल्याला भानच राहात नाही.

साहजिकच आत्माभिव्यक्ती जेव्हा भावनांच्या माध्यमातून होत असते, तेव्हा भावनावेगांना आवर घालणं अत्यंत महत्त्वाचं असतं. हे ज्याला जमलं त्याच्या वागण्यातला संयम आवेग अनावर झाल्याने सुटला आहे, असं कधीच होत नाही. भावनांच्या अभिव्यक्तीतील संयम हे स्व-नियंत्रणाचं (self control) द्योतक मानलं जातं. म्हणूनच स्व-नियंत्रण कौशल्य आत्मसात करण्याचा अगदी आवर्जून प्रत्येकाने प्रयत्न करायला हवा. स्व-नियंत्रण हा स्व-व्यवस्थापनाचा मूलभूत पाया मानला जातो.

भावनांच्या अभिव्यक्तीवर नियंत्रण कसं ठेवावं हे जाणून घेताना आधी आपल्याला एरवी हेलावून सोडणाऱ्या बऱ्याचशा भावना कशामुळे उद्‍भवतात आणि त्या आपण कशा अनुभवत असतो, हे जाणून घेणं महत्त्वाचं आहे. या संदर्भात भावनांच्या अनुभूतीचं स्वरूप विशद करणारा खुलासा मानसशास्त्रज्ञांनी कसा केला आहे हे बघणं औचित्याचं ठरेल.

सर्वसाधारणतः अपयशासारखी घटना जेव्हा एखाद्याच्या बाबतीत घडते (उदाहरणार्थ, नोकरीसाठी निवड करण्याच्या निमित्ताने घेतल्या जाणाऱ्या मुलाखतीत

अपयशी ठरणे) तेव्हा त्याला अतिशय वाईट वाटतं आणि तो खूप दुखावतो. दुःखाची तीव्रता इतकी जास्त असते की तो त्यामुळे 'डिप्रेस' (खिन्न) होतो. आपण अतिशय कुचकामी आहोत असं त्याला वाटायला लागतं. म्हणून यापुढे निवडीसाठी अनिवार्य असलेल्या मुलाखतीला जायचंच नाही असंही तो ठरवून टाकतो. त्याची ही अवस्था मुलाखतीतील त्याच्या अपयशामुळेच झाली आहे असंच बरेचजण म्हणतील. याचा अर्थ बहुतेकांच्या मते 'मुलाखतीतील अपयश' हेच त्याच्या खिन्नतेचं किंवा डिप्रेशनचं कारण आहे. पण जरा खोलवर विचार केला तर त्याच्या या अशा अवस्थेसाठी तोच जबाबदार आहे असंच म्हणावं लागेल. कारण मुलाखतीतील अपयशासारख्या घटनेकडे तो कसा बघतो यावरच खऱ्या अर्थाने तो कितपत दुःखी किंवा खिन्न होईल हे अवलंबून असतं. त्याच्यासारखेच मुलाखतीत अपयशी ठरलेले इतर उमेदवारही त्याच्या एवढेच 'डिप्रेस' झालेले नाहीत ही वस्तुस्थिती लक्षात घेतली तर ही गोष्ट स्पष्ट होईल.

अपयश ही एक 'भयंकर' अवस्था असून ती 'मी सहन करूच शकत नाही' अशी जर अपयशाबद्दलची डिप्रेस झालेल्या व्यक्तीची धारणा असेल तर तो मुलाखतीतील अपयश कसं पचवू शकेल? याउलट 'आपण मुलाखतीची तयारी व्यवस्थित केली होती व म्हणून आपली निवड होईल अशी अपेक्षा मी बाळगून होतो. तरीही माझी निवड का झाली नाही हे समजायला मार्ग नाही. मग मी स्वतःला दोष का म्हणून द्यायचा?' अशी वास्तववादी भूमिका अंगीकारली तर डिप्रेशन येणार नाही. हा दृष्टिकोन वास्तववादी आहे असं यासाठी म्हणता येईल की, मुलाखतीद्वारा निवड होणं किंवा न होणं हे अगदी पूर्णपणे उमेदवारावरच अवलंबून असतं असं नाही, कारण ज्यावर उमेदवाराचं नियंत्रण असू शकत नाही अशा इतर काही गोष्टींवर अंतिम निवड अवलंबून असण्याची शक्यता नाकारता येत नाही. असं असूनही वर म्हटल्याप्रमाणे अपयशाबद्दल बऱ्याचजणांचा दृष्टिकोन, जरी तो त्यांना उचित वाटत असला तरी, बऱ्याच प्रमाणात 'अवास्तववादी' (unrealistic) व म्हणून 'अविवेकी' (irrational) असतो, असंच म्हणावं लागेल.

अवास्तववादी आणि अविवेकी धारणांमुळेच बऱ्याच लोकांना त्यांच्या मानसिक संतुलनात ज्यामुळे विघटन घडून येईल अशा भावनात्मक अवस्था अनुभवाव्या लागतात. यामुळे ते अतिशय अस्वस्थ आणि बेचैन बनतात. भावनात्मक अवस्थांच्या संदर्भातील विवेचनावरून असं लक्षात येतं की, बरेच लोक 'स्वतःच स्वतःचे वैरी बनत असतात.'

अवास्तववादी किंवा अविवेकी धारणा अनेक प्रकारच्या असू शकतात. त्यांची काही उदाहरणं पुढे दिली आहेत : (i) ज्यांचा माझ्याशी 'या' ना 'त्या' निमित्ताने संबंध प्रस्थापित झालेला असतो त्यांना मी आवडायलाच हवं. (ii) मी जे जे हाती

घेतो त्यात परिपूर्ण असलोच पाहिजे. (iii) काही गोष्टी जशा घडाव्या असं मला वाटतं त्या तशा न घडणं म्हणजे भयंकर आणि ते मी सहन करूच शकत नाही. (iv) मी नेहमीच अयशस्वी ठरतो हे या अपयशावरून सिद्ध झालं आहे. अशा कितीतरी धारणांमुळे बरेच लोक त्यांच्या बाबतीत जे काही घडलं असेल त्याचा विपर्यास करून भावनात्मक अस्वस्थतेचे शिकार बनतात. अशा धारणांचा आशय लक्षात घेतला तर त्यांच्यात जे वेगळेपण दिसून येतं त्यावरून त्यांचं वर्गीकरण सुचवून काही ठळक प्रकार सांगता येतात.

एका वर्गीकरणानुसार अवास्तववादी धारणांचे जे चार ठळक प्रकार सुचविण्यात आले आहेत ते असे :

(i) चाळणी लावणे (Filtering) : जे काही एखाद्या परिस्थितीत घडलं असतं त्या परिस्थितीचा साकल्याने विचार न करता त्यातील फक्त वाईट तेवढंच लक्षात घेऊन निष्कर्ष काढला जातो. उदाहरणार्थ, एका प्रतिष्ठित कंपनीने घेतलेल्या कँपस इंटरव्ह्यूमध्ये एक विद्यार्थी अपयशी ठरतो. या अपयशाचाच वेचकपणे विचार करून तो स्वतःला अक्षम ठरवून अतिशय दुःखी होतो; पण दुसऱ्या एका कंपनीने त्याची निवड केली होती आणि म्हणून यशस्वी होण्याची त्याच्यात पात्रता आहे हे तो विसरतो. ही दुसरी कंपनी प्रतिष्ठेत थोड्या खालच्या स्तरावर असल्यामुळे आपल्या कामगिरीचं विश्लेषण करताना या कंपनीच्या इंटरव्ह्यूमध्ये यश प्राप्त होऊनही त्याची दखल न घेता तो 'आपण सक्षम नाही आहोत' असा स्वतःबद्दल निष्कर्ष काढतो.

(ii) अतिसामान्यीकरण (Over generalizing) : एकाच घटनेवरून स्वतःबद्दल सर्वसामान्य निष्कर्ष काढण्याची प्रवृत्ती या धारणेत अंतर्भूत असते. केवळ एका कॅम्पस इंटरव्ह्यूमध्ये निवड न झाल्यामुळे आपण यापुढे नेहमीच अयशस्वी ठरणार असं स्वतःबद्दल भाकीत करणं हे या प्रवृत्तीचं बोलकं उदाहरण आहे. 'एकदा नापास म्हणजे नेहमीसाठीच नापास' असं एखाददुसऱ्या अयशस्वी कामगिरीवरून अतिसामान्यीकरण करणं कधीच ग्राह्य ठरू शकत नाही.

(iii) टोकाची भूमिका घेऊन विचार करणं (Polarized thinking) : 'जे काही हाती घेतलं असेल त्यात यश संपादन करताना कुठलीच कसर बाकी राहणार नाही इतकी 'परिपूर्णता' मला अपेक्षित आहे. अन्यथा अशा परिपूर्णतेचा अभाव म्हणजे 'भयंकर'– जे मी सहन करूच शकत नाही.' अशी टोकाची भूमिका घेऊन काहीजण त्यांच्या यशापयशाचा अर्थ लावतात. वस्तुतः टोकांकडे न जाता मध्यम मार्ग लक्षात घेऊन यशापयशाचं वास्तववादी मूल्यांकन केलं जावं. आज अपेक्षित यश न मिळण्याचं

कारण शोधून पुढल्या प्रयत्नात सुधारणा घडवून आणण्याचा निर्धार करणं केव्हाही श्रेयस्कर ठरेल. टप्प्याटप्प्याने यश संपादन करत राहिल्याने कार्यक्षमता वाढून पूर्णत्वाकडे वाटचाल होऊ लागेल. त्यामुळे परिपूर्णतेच्या अभावामुळे भासमान अपयशाला 'अतिभयंकर' समजण्याचं प्रयोजनच उरणार नाही.

(iv) आपत्ती कोसळणार असाच विचार करणं (Catastrophizing) : 'माझ्या बाबतीत नेहमी वाईटच घडत असतं आणि पुढेही वाईटच होणार' अशी धारणा काही जणांच्या मनात पक्की रुजलेली असते. म्हणूनच कँपस इंटरव्ह्यूसारख्या घटनेत जर अशी व्यक्ती अपयशी ठरली तर ती अतिशय दुःखी होते. 'जे मला अपेक्षित होतं ते शेवटी घडलंच आणि यापुढेही असं वाईटच घडत राहणार' असा यशापयशाचा अर्थ लावून डिप्रेशनने घेरलेल्या वलयातून तिला बाहेर निघणं कठीण होऊन बसतं. याऐवजी नैराश्यातून आशेचा किरण शोधून 'माझे प्रयत्न चालू राहिले तर आज ना उद्या मी यशस्वी होऊ शकेन' अशी दृढ आशा व्यक्तीने बाळगावी आणि प्रयत्नांमध्ये खंड पडू देऊ नये.

खरोखर, काही अवास्तववादी, व म्हणून अविवेकी विचारसरणींना खतपाणी घातल्याने बरेच लोक ज्यामुळे मनःशांती ढळते अशा विघातक भावनांची शिकार बनतात. एरवी बऱ्या-वाईट अशा कितीतरी घटना प्रत्येकाच्या जीवनात नेहमीच घडत असतात; पण सदोष विचारसरणीमुळे काहीजणांना त्या 'भयंकर' आणि 'असह्य' वाटतात. यामुळे ते अतिशय अस्वस्थ आणि बेचैन बनतात. याचा अर्थ, 'गीते'त (अध्याय ६ - श्लोक ५) म्हटल्याप्रमाणे 'आत्मएव रिपुः आत्मनः' म्हणजे आपणच बरेचदा आत्मोन्नतीच्या किंवा स्व-विकासाच्या मार्गातील स्वतःचे शत्रू बनत असतो.

हाच सूर अल्बर्ट एलिस यांच्या लिखाणातून ध्वनित होतो. 'तर्कसंगत भावनिक उपचार पद्धती' (Rational Emotive Therapy) नावाच्या मानसोपचार पद्धतीचे ते आद्य प्रवर्तक मानले जातात. एलिस यांच्या मते, बहुतेक लोक स्वतःच स्वतःचे जहाल शत्रू असतात. कारण एरवी जी उद्दिष्टे प्राप्त करणं बहुधा सर्वांनाच अशक्य असतं, ती त्यांना कधी साध्य होऊ शकतील, या चिंतेमुळे ते नेहमीच व्यथित असतात. शिवाय उद्दिष्टपूर्ती न होऊ शकल्याने सतत उद्भवणारं वैफल्य आणि नैराश्य या अवस्थांचा सामना करणं त्यांना अशक्य आहे, अशी त्यांनी अगदी ठाम समजूत करून घेतलेली असते. ते सतत बेचैन आणि अस्वस्थ असतात ते यामुळेच.

तथापि, विघातक भावनांमुळे उद्भवणारी मानसिक अस्वस्थता नियंत्रित कशी करता येईल याचाही ऊहापोह एलिस यांनी केला आहे. ज्या 'अविवेकी' धारणांमुळे भावना असह्य होतात त्यांची तीव्रता बोथट करणं हे यासाठी जरुरीचं आहे. याला

उपाय एकच आणि तो म्हणजे 'अवास्तववादी' धारणांना रद्दबातल करून त्यांची जागा 'तर्कसंगत' धारणांना देणे. उदाहरणार्थ, कँपस इंटरव्ह्यूमध्ये अयशस्वी ठरलेल्या एका विद्यार्थ्याला हे अपयश अतिभयंकर वाटतं. कारण जे काही मी हाती घेतलं असेल त्यात 'अत्युत्कृष्ट कामगिरी बजावलीच पाहिजे' अन्यथा या व्यतिरिक्त घडून येणारा परिणाम मला सहन होणारच नाही, अशी अवास्तववादी धारणा त्याने अंगीकारलेली असते. म्हणूनच इंटरव्ह्यूत निवड न झाल्यामुळे ही अवस्था त्याला असह्य होते. या अवस्थेतून बाहेर पडण्यासाठी त्याने आपला अवास्तववादी दृष्टिकोन बदलायला हवा. यासाठी त्याने जो तर्कसंगत विचार करायला हवा तो असा : 'इंटरव्ह्यू चांगला व्हावा म्हणून मी कसून तयारी केली होती. म्हणूनच आपण त्यात यशस्वी होऊ अशी मला खात्री वाटत होती. तरीही माझी निवड न झाल्याने मी अयशस्वी ठरलो, याचं मला वाईट वाटतं; पण हे अपयश म्हणजे अतिभयंकर असं मात्र मी म्हणणार नाही. कारण आपली क्षमता आणि परिश्रम यांच्याही पलीकडे असं काहीतरी असतं की ज्याच्यावर आपलं नियंत्रण नसलं तरी अंतिम निवडीत तेही लक्षात घेतलं जात असावं. मग निवड होऊ शकली नाही याची खंत का वाटून घ्यायची? उलट आपल्यात काही उणिवा राहून गेल्या का आणि असतील तर त्या कोणत्या, याचा अभ्यास करून पुढच्या इंटरव्ह्यूची परिश्रमपूर्वक तयारी करण्यास मी कटिबद्ध आहे.'

वस्तुतः अपयश, अपमान आणि अन्याय यासारखे अनुभव हा आपल्या दैनंदिन जीवनाचा एक अनिवार्य भाग आहे. पण अशा घटनांचा अर्थ आपण कसा लावतो यावर त्यांना सामोरं जाताना आपण किती अस्वस्थ किंवा दुःखी होऊ हे अवलंबून असतं. अर्थात, यांच्याकडे बघण्याचा आपला दृष्टिकोन वास्तववादी आणि तर्कसंगत असायला हवा. अन्यथा 'अपयश म्हणजे भयंकर आणि ते मी सहन करूच शकत नाही' अशी जर या घटनेबाबत धारणा असेल तर ती घडल्यावर आपण नको तितक्या जास्त प्रमाणात अस्वस्थ झाल्यावाचून राहणार नाही. म्हणूनच राग, दुःख आणि अपराधित्व यांसारख्या अस्वस्थ आणि बेचैन करून सोडणाऱ्या भावनांवर नियंत्रण ठेवायचं असेल तर ज्या अवास्तववादी आणि अविवेकी धारणांमुळे अशी मानसिक अवस्था आपण अनुभवतो त्या टाकून देऊन वास्तववादी आणि विवेकनिष्ठ दृष्टिकोन किंवा धारणा अंगीकाराव्या. हे सर्व कसं करता येईल हे जाणून घेण्यासाठी एका उदाहरणाचा उल्लेख करता येईल.

एका नवोदित साहित्यिकाला आपला काव्यसंग्रह प्रकाशित करायचा आहे. म्हणून शासनाने प्रस्थापित केलेल्या एका अनुदान प्रदान करणाऱ्या संघटनेकडे तो

आपलं साहित्य सादर करतो. काही दिवसांनी त्याच्या काव्यसंग्रहाची अनुदानासाठी निवड झालेली नाही असा निर्णय त्याला कळवण्यात येतो. या अपयशामुळे तो युवक अतिशय उदास आणि खिन्न होतो. अनुदान प्राप्त होण्यासाठी आवश्यक असलेली पात्रताच आपल्यात नाही असं त्याला वाटतं. यापुढे अनुदान प्राप्त करण्याच्या भानगडीत आपण पडू नये असं तो ठरवून टाकतो. अर्थात अपयशासंबंधी ज्या धारणा त्याने जोपासल्या आहेत त्यांच्यामुळेच वर उल्लेखिलेली अवस्था तो अनुभवत असतो. अपयशासंबंधी त्याच्या धारणा काहीशा अशा असू शकतात. -

१) अपयशी ठरणं म्हणजे अतिभयंकर
२) या अपयशामुळे मी किती कुचकामी आहे हेच सिद्ध झालं आहे.
३) अपयशी ठरल्यामुळे अनुदानाची संधी मी बहुधा नेहमीसाठीच गमावली आहे.
४) हे अपयश मी सहन करूच शकत नाही.
५) माझ्या लिखाणाचा दर्जाच खालचा असला पाहिजे.

युवकाने अपयशासंबंधी जोपासलेल्या वरील धारणा योग्यच आहेत, हे तो स्वतःला अगदी छान पटवून देत असेल. अर्थात हे तो मनात स्वतःशी जे बोलत असतो त्यातूनच घडत असतं. आपले विचार मूकवाणीतून मनात व्यक्त होत असतात. यालाच 'सेल्फ टॉक' (self talk) म्हणजे 'स्वगत' असं म्हणतात. आपलं अपयश म्हणजे 'आपल्यातल्या कमतरतेचंच प्रतीक' असं जेव्हा कोणी स्वतःला मूकवाणीच्या माध्यमातून पटवून देतो तेव्हा तो यामुळे अस्वस्थ होणारच. अनुदान प्राप्त करण्यात अपयशी ठरलेल्या युवकाच्या बाबतीत हेच झालं असणार. वस्तुतः त्याने जोपासलेल्या धारणा ज्यांचा उल्लेख वर केलेलाच आहे, त्या बऱ्याच अवास्तववादी आणि म्हणून अविवेकी आहेत हे काळजीपूर्वक परीक्षणातून स्पष्ट होईल. पण त्या वास्तववादी आहेत अशा भ्रामक कल्पनेमुळे तो त्यांना उचित मानतो आणि स्वतःला दूषण देऊन अस्वस्थ बनतो. म्हणून या धारणा बदलल्याशिवाय अपयशाचा वास्तववादी अर्थ त्याला लावता येणार नाही. हे तो जोपर्यंत करत नाही तोपर्यंत त्याची मानसिक अस्वस्थता दूर होणार नाही. यासाठी त्याने स्वतःलाच असे काही प्रश्न विचारावेत की ज्यांच्या उत्तरामुळे तो ज्या धारणांना वास्तववादी समजत होता त्या कशा अवास्तव आहेत, हे त्याचंच त्याला समजून येईल. त्याने स्वतःला विचारावयाच्या प्रश्नांची काही उदाहरणं पुढीलप्रमाणे आहेत.-

१) अनुदानासाठी आपलं साहित्य निवडलं न जाणं यात अतिभयंकर असं काय आहे?
२) अनुदान मिळवण्यात मला आलेलं अपयश मी सहन का करू नये?

३) समजा मी सादर केलेल्या साहित्याची गुणवत्ता आहे त्यापेक्षा अधिक असती तर अनुदानासाठी नक्की माझी निवड झाली असती असं कशाच्या आधारावर मी म्हणू शकतो?

४) अनुदान प्राप्त करण्यात अपयशी झालो म्हणून मी कुचकामी कसा काय ठरू शकतो?

५) आज मी अपयशी ठरल्यामुळे मला यापुढे कधीच अनुदान मिळू शकणार नाही असं मी का समजावं?

६) एकदा अपयश म्हणजे यापुढे नेहमीसाठीच अपयश असा निष्कर्ष कसा काय निघू शकतो?

वर उल्लेखिलेले प्रश्न स्वतःलाच विचारल्यास 'अपयश म्हणजे अतिभयंकर' असं समजणं बरोबर नाही हे त्या युवकाला कळून चुकेल. शिवाय 'अपयशी होणं' ही घटना जरी दुःखद असली तरी ती असह्य नाही, हेही त्याला जाणवेल. परिणामतः अपयशासंबंधी ज्या अवास्तव कल्पना त्याने करून घेतल्या होत्या त्या दूर सारून वास्तववादी दृष्टिकोनातून अपयशाकडे बघायला तो शिकेल. याचा लगेच जो एक परिणाम दिसून येईल तो हा की, अपयशामुळे आपण नको तेवढ्या जास्त प्रमाणात दुःखी झालो हे त्याला जाणवेल. त्यामुळे आता या अवस्थेतून बाहेर पडून पुन्हा नेहमीसारखा त्याच्या आवडत्या साहित्याच्या क्षेत्रात तो क्रियाशील बनेल.

समारोपादाखल असं म्हणता येईल की मानसिक अस्वस्थता वाईट घटनांमुळे आपोआप निर्माण होते असं समजण्याचं कारण नाही. घटनांचा अर्थ वास्तववादी दृष्टिकोनातून लावला गेला आहे की नाही यावर आपण किती प्रमाणात अस्वस्थ होऊ हे अवलंबून असतं. म्हणूनच जे काही मी हाती घेतलं असेल त्यात 'अत्युत्कृष्ट कामगिरी बजावयालाच हवी आणि तसं घडलं नाही तर मी ते सहन करूच शकत नाही' अशी अवास्तववादी धारणा बदलणं आवश्यक आहे. हे जोपर्यंत आपण करणार नाही तोपर्यंत वैफल्य, निराशा आणि अपयश या घटकांमुळे अनावश्यक तेवढ्या जास्त प्रमाणात अस्वस्थ आणि बेचैन होत राहू. मात्र, अशा घटनांकडे वास्तववादी दृष्टिकोनातून आपण बघायला शिकलो तर आपलं मानसिक संतुलन आणि स्थैर्य अबाधित राखण्यात आपण यशस्वी होऊ. परिणामतः आपण यशस्वी आणि समाधानी जीवन जगत आहोत, अशी आपली धारणा बनेल.

६

सकारात्मक दृष्टिकोनातून जीवनाकडे बघा

काही लोक जीवनात अत्यंत सुखी आणि समाधानी का असतात, याचा स्पष्ट संकेत त्यांच्या वागण्यातून मिळतो. ज्या खास वैशिष्ट्यांचा या संदर्भात उल्लेख करता येईल तो म्हणजे, ते 'आशावादी' असतात आणि 'स्वकर्तृत्वावर' त्यांचा पूर्ण विश्वास असतो. स्वकर्तृत्वावर भरवसा असल्यामुळे आपणच आपल्या यशाचे शिल्पकार असतो, अशी त्यांची धारणा असणं अत्यंत स्वाभाविक आहे. शिवाय आशावादी असल्यामुळे त्यांच्या प्रयत्नांना जेव्हा अपेक्षित यश मिळत नाही तेव्हा ते खचून जात नाहीत. उलट वाइटातूनही चांगलं घडू शकतं, याची त्यांना खात्री वाटत असते. म्हणूनच प्रयत्नांच्या आड आलेल्या अडथळ्यांमुळे त्यांनी आपला धीर सोडला आहे असं सहसा होत नाही. उलट अडथळे पार करण्यासाठी आवश्यक असलेला प्रयत्न ते चालूच ठेवतात.

स्वकर्तृत्वावर विश्वास बाळगणाऱ्या लोकांमध्ये जीवनाकडे सकारात्मक दृष्टिकोनातून बघण्याची प्रवृत्ती प्रबळ असते. योग्य संधी मिळाली तर स्वबळावर इष्ट ध्येय साध्य करण्याच्या दिशेने त्यांची वाटचाल सुरू होते. त्यात आपण यशस्वी होऊ याची त्यांना खात्री वाटत असते. फार वर्षांपूर्वी एक लहान गरीब मुलगा गरिबीमुळे बसस्टॉपवर उभे असलेल्यांना पैशाची मदत मागत होता. आणेवारीच्या त्या काळात चार पैशांचा एक आणा आणि सोळा आण्यांचा एक रुपया असा हिशेब केला जायचा. बसस्टॉपवर सर्वांना आदरणीय असलेले थोर शिक्षणतज्ज्ञ आणि समाजसेवक ईश्वरचंद्र विद्यासागरही बसची वाट पाहात उभे होते. त्यांच्याजवळ पोहोचल्यावर या मुलाने त्यांनाही पैशाची मदत मागितली. दयेचा सागर असलेल्या विद्यासागरांनी त्याला मदत करायची हे ठरवलं; पण त्यांनी त्याला एक प्रश्न विचारला, "जर तुला मी १ रुपया दिला तर काय करशील?" उत्तरादाखल मुलगा म्हणाला, "चार आण्यांचं किराणा सामान आईला नेऊन देईन आणि उरलेल्या बारा आण्यांची फळं घेऊन ती विकून व्यापार करीन." हे उत्तर ऐकून ईश्वरचंद्रांना त्याचं कौतुक वाटलं. आणि

त्याला एक रुपया देऊन ते बसने निघून गेले. पुढे तीन-चार वर्षांनी ईश्वरचंद्र त्याच स्टॉपवर उभे होते. त्यांना पाहून त्यांच्याजवळ एक मुलगा आला. त्यांना विनम्रपणे अभिवादन करून त्याने काही फळं खाण्यासाठी दिली. एवढंच नव्हे तर त्यांना त्याने एक रुपयाही दिला. ईश्वरचंद्रांनी 'हे सगळं चाललंय तरी काय' असं मुलाला विचारलं. त्याने तीन वर्षांपूर्वी तो त्याच स्टॉपवर त्यांना भेटला असताना काय घडलं, याची आठवण करून देऊन समोर जे फळांचं दुकान दिसतंय ते त्याचंच आहे, असं सांगितलं. त्यांनी त्याचं कौतुक केलं; पण त्याचा एक रुपया मात्र त्यांनी त्याला परत केला. याचं कारण समजावून सांगताना ते म्हणाले की, 'हा रुपया तू एखाद्या गरजू मुलाला दे. कदाचित तुझ्यासारखाच स्वतंत्र व्यवसाय सुरू करण्यासाठी तो उपयुक्त ठरू शकेल. शिवाय, तो तुझ्यासारख्याच कर्तृत्ववान आहे असं त्याने त्याच्या प्रयत्नांमधून सिद्ध केलं तर त्याला घडवल्याचं समाधान तुला मिळेल.'

स्व-कर्तृत्वावर विश्वास बाळगणाऱ्यांना अडचणींवर मात करण्यासाठी किंवा आपल्या प्रयत्नांमध्ये यशस्वी होण्यासाठी नेमकं काय करायला हवं, हे माहीत असतं. म्हणूनच स्वतःचे प्रश्न सोडवण्यासाठी उठता-बसता ते इतरांच्या मदतीवर विसंबून नसतात. मात्र, याचा अर्थ 'इतरांना सहकार्य न देणं' किंवा 'त्यांच्याकडून सहकार्य न घेणं' अशी त्यांची वृत्ती नसते. म्हणूनच एखादं उद्दिष्ट साध्य करण्यासाठी इतरांबरोबर सहभागी होणं आवश्यक असल्याचं जाणवताच ते यासाठी योग्य प्रतिसाद देतात. विशेषतः एखाद्या सामाजिक समस्येचं निराकरण व्हावं म्हणून जो सामाजिक लढा एकत्रितपणे देणं आवश्यक असतो त्यासाठी ते नेहमीच तत्पर असतात. कारण अशा लढ्यात यशस्वी होण्यासाठी योगदान देणं हा आपल्या कर्तव्याचाच भाग आहे, असं ते मानतात. शिवाय कोणत्याही सामाजिक समस्यांचं (उदाहरणार्थ, पोलिओ रोगाचं निर्मूलन, महिलांवरील अत्याचारांना आळा घालणे, लिंगभेदामुळे घडून येणाऱ्या भ्रूणहत्या थांबवणे, शेतकऱ्यांना आत्महत्येपासून परावृत्त करणे) निराकरण हे 'समान' उद्दिष्ट साध्य करताना 'मी श्रेष्ठ की तू' असा भेदभाव बाजूला सारून आणि कुठल्याही वैयक्तिक फळाची आशा न बाळगता आवश्यक ते प्रयत्न व्हायला हवेत, याची त्यांना जाणीव असते.

सकारात्मक दृष्टिकोनातून जीवनाकडे बघणाऱ्यांमध्ये जे आणखी एक वैशिष्ट्य दिसून येतं ते म्हणजे 'संयम'. भावनात्मक अभिव्यक्तीच्या संदर्भात संयमाला एक आगळंच महत्त्व प्राप्त होत असतं. विशेषतः क्रोध किंवा रागासारखी भावना जेव्हा अनुभवली जाते तेव्हा शरीरातील क्रियाशीलता वाढते आणि त्यामुळे रागाच्या अभिव्यक्तीला आवेगाचं स्वरूप प्राप्त होतं. अशा अभिव्यक्तीत तर्कसंगत वर्तनाचा

अभाव असतो. शिवाय शारीरिक आणि मानसिक बळ एकवटून कोणावरतरी राग काढला जातो. अशावेळी क्रोधित झालेली व्यक्ती आवाज चढवून अद्वातद्वा बोलते. हे सगळं शारीरिक आणि मानसिक आक्रमकता वाढल्यामुळे घडतं. म्हणून रागासारखी भावना उद्भवल्यावर ती व्यक्त होताना संयम राखणं आवश्यक असतं. प्रयत्न केला तर संयम कसा ठेवावा हे शिकता येतं.

एकदा स्वामी विवेकानंद परदेशात असताना आगगाडीने प्रवास करत होते. त्यांच्या शेजारच्या आसनांवर दोन इंग्रज प्रवासी बसले होते. स्वामीजींचा भगवा भारतीय पोषाख त्यांना काहीसा विचित्र वाटला आणि त्यांनी स्वामीजींची थट्टा-मस्करी सुरू केली. स्वामीजींना इंग्रजी कळत नसावं असा त्यांचा समज झाल्यामुळे ते स्वामीजींची आणि हिंदू धर्माची खिल्ली उडवत होते. त्यांची ही टवाळकी सुरू असतानाच एक स्टेशन आलं. गाडी थांबल्यामुळे स्वामीजींनी एका कर्मचाऱ्याला आपल्या जवळ बोलावलं आणि इंग्रजीतून कशाबद्दलतरी विचारपूस केली आणि त्यांना पाणी हवं असल्याचं सांगितलं. त्यांना सराईतपणे इंग्रजी बोलताना पाहून त्यांचे इंग्रज सहप्रवासी आश्चर्यचकित झाले. न राहवल्यामुळे ते स्वामीजींना म्हणाले की तुमच्याबद्दल जे बरे-वाईट आम्ही बोललो ते तुम्हाला कळलं असेलच आणि तरीदेखील तुम्ही आम्हाला रागवला नाहीत याचं आम्हाला आश्चर्य वाटतं. स्वामीजी स्मित करून त्यांना म्हणाले की, तुमच्यासारखे निंदक आम्हाला नेहमीच भेटत असतात आणि त्यांची निरर्थक बडबडही आमच्या कानावर पडतच असते. पण असल्या बडबडीला उगीच महत्त्व देऊन माझी मनःशान्ती हरवण्यात मला कधीच स्वारस्य वाटत नाही. निरर्थक बाचाबाचीतून अंतिमतः अस्वस्थताच पदरी पडते, नाही का? स्वामी विवेकानंद सकारात्मक दृष्टिकोन बाळगणारे थोर महात्मा होते. म्हणूनच हिंदू धर्माच्या उत्थापनासाठी आणि समष्टीच्या कल्याणासाठी संयमित मार्गाने निष्काम वृत्ती अंगीकारून आपलं आयुष्य त्यांनी व्यतीत केलं.

जीवनाकडे सकारात्मक दृष्टिकोनातून बघणारे लोक त्यांच्या सहवासातल्या व्यक्तींच्या बाबतीत 'ते विश्वास ठेवण्याजोगे आहेत की नाहीत' अशी शंका सहसा मनात येऊ देत नाहीत. उलट नित्याच्या सहवासामुळे अशी खात्री बाळगून असतात की, जेव्हा आवश्यकता भासेल तेव्हा ही मंडळी नक्की आपल्याला साहाय्य करतील. ज्याची एकदा पारख केली त्याच्या सच्चेपणावर विश्वास टाकण्याची त्यांची वृत्ती असते. अशा विश्वासामुळेच त्यांच्या निकटवर्तीयांपैकी जर कोणी 'त्याला काय वाटतं' हे व्यक्त केलं असेल तर 'तो खरं बोलतोय की, त्यामागे कोणता तरी स्वार्थ दडलेला आहे' अशा संशयापासून ते स्वतःला दूर ठेवतात. योग्य वेळ आली की 'खरं काय

अन् खोटं काय' याचा खुलासा होईलच, अशी त्यांची धारणा असते. वस्तुतः जीवनात अशा कितीतरी गोष्टी असतात की ज्या सुरळीतपणे घडतात त्या केवळ परस्परांवरील विश्वासामुळे. हा विश्वासच नाहीसा झाला तर जगणं मुश्कील बनतं. म्हणूनच विश्वासाला जीवनात अतिशय महत्त्व दिलं जातं.

सकारात्मक व्यक्तींमध्ये कोणतंच वैगुण्य किंवा कमतरता नसते असं म्हणता येणार नाही. कारण कोणतीच मानवीय व्यक्ती 'परिपूर्ण' (perfect) असू शकत नाही. म्हणूनच सकारात्मक दृष्टिकोन बाळगणाऱ्या लोकांना आपल्या कमतरतांची जाणीव असते. त्या त्यांनी स्वीकारलेल्याही असतात. त्या कशा नाहीशा करता येतील याचाही विचार करून तो कृतीत कसा उतरवता येईल, याचं नियोजन त्यांनी केलेलं असतं. वैगुण्यांमुळे हार मानून प्रयत्न न करणं किंवा प्रयत्न सुरू केला असेल तर तो मध्येच टाकून देणं अशी वृत्ती त्यांच्यात नसते.

तक्रारी किंवा चिंता यांसारख्या गोष्टींसाठी त्यांच्याकडे वेळच नसतो, कारण त्यांना जे साध्य करायचं असतं त्यातच ते मग्न असतात. अडचण का निर्माण झाली किंवा कशामुळे उद्भवली याला जास्त महत्त्व न देता त्यातून मार्ग कसा काढता येईल याचाच ते विचार करत असतात. प्रयत्न केला तर अडचणींवर मात करता येईल असा दृढ विश्वास ते बाळगून असतात.

'आपल्याला हवं ते न मिळणं' किंवा 'जे नको ते आपल्या वाट्याला येणं' या अशा गोष्टी आहेत की, ज्यांवर आपलं नियंत्रण राहू शकत नाही. याची जाणीव ज्याला असते तो अशा कारणांमुळे दुःखी होत नाही. तरीही पूर्वी घडून गेलेल्या बऱ्या-वाईट कर्मांची किंवा घटनांची आठवण झाली की, आपण दुःखी होतो; पण असं दुःखी होऊन हातपाय गाळून बसणं सकारात्मक दृष्टिकोन बाळगणाऱ्या लोकांना रुचत नाही. म्हणूनच 'जे घडायचं होतं ते घडून गेलं' असं ते मानतात. त्याबद्दल दुःख करत बसण्यापेक्षा 'चांगलं काय घडू शकतं' यावरच लक्ष केंद्रित करण्याची त्यांची वृत्ती असते.

म्हणूनच भूतकाळात वावरण्यापेक्षा वर्तमानात राहणंच ते पसंत करतात, कारण यामुळेच भविष्यात 'काय करायचं' आणि 'कसं करायचं' यासंबंधीचं नियोजन करणं शक्य असल्याचं ते मानतात. अंतिमतः 'कल्पनांना कृतीत परिवर्तित' करणंच केव्हाही श्रेयस्कर ठरेल असं त्यांना वाटतं.

इतरांवर आपलं नियंत्रण प्रस्थापित करून आपण म्हणू तसं त्यांना वागायला लावण्याची वृत्ती असलेले लोक सकारात्मक बनू शकत नाहीत. म्हणूनच सकारात्मक होण्यासाठी 'आपण सन्मानाने जगावं' आणि 'इतरांनाही सन्मानाने जगू द्यावं' ही वृत्ती प्रत्येकात विकसित होणं अतिशय महत्त्वाचं आहे.

७

आशावादी बनायला शिका

आपण जीवनात सुखी आणि समाधानी व्हावं असं प्रत्येकालाच वाटत असतं; पण सर्वजण सारख्याच प्रमाणात सुखी आणि समाधानी असल्याचं दिसत नाही. काही जण तर आपल्या व्यवसायात समाधानी नसतात आणि व्यक्तिगत जीवनातसुद्धा. हे लोक आपल्या अशा अवस्थेसाठी परिस्थितीला आणि नशिबाला दोष देत असतात. त्यांना कशातच रस वाटत नाही आणि ते सर्वच बाबतीत निष्क्रिय बनतात.

याउलट काहीजण आपल्या व्यवसायात, मित्रपरिवारात आणि कौटुंबिक जीवनात अत्यंत समाधानी असतात. साहजिकच ते त्यांच्या संपूर्ण जीवनात अतिशय सुखी आणि समाधानी असतात. असे लोक बघितल्यावर जो एक प्रश्न मनात येतो तो हा की, ज्यामुळे ते इतरांपेक्षा वेगळे उठून दिसतात असं त्यांच्यात असतं तरी काय? ते मनमिळाऊ, मोकळ्या मनाचे, आशावादी आणि स्वकर्तृत्वाबर विश्वास बाळगणारे असतात. एवढंच नव्हे, तर आपणच आपल्या यशस्वी आणि सुखी जीवनाचा कर्ता-करविता असतो अशी त्यांची धारणा असते.

यशस्वी आणि समाधानी लोक 'आशावादी' असतात हे लक्षात घेता प्रत्येकाने आशावादी बनायला शिकणं किती महत्त्वाचं आहे, हे लक्षात येईल. आशावादी लोकांमध्ये जी वैशिष्ट्यं आढळून येतात, त्यापैकी एक हे आहे की, तणावजन्य परिस्थितीतला ते समर्थपणे तोंड देऊ शकतात. वाइटातूनही चांगलं घडू शकतं यावर त्यांचा विश्वास बसतो. परिणामतः त्यांच्यावर जेव्हा एखादं संकट येऊन कोसळतं तेव्हा ते आपला धीर अजिबात खचू देत नाहीत. उलट संकटातून बाहेर पडण्याच्या मार्गात येणारे अडथळे पार करण्यासाठी ते कसोशीने प्रयत्न करतात; म्हणूनच आपल्या अगदी जवळच्या व्यक्तीचा मृत्यू, अचानक नोकरीवर आलेली गदा किंवा एखाद्या गंभीर रोगाची लागण यासारख्या संकटांमुळे हादरून न जाता धैर्य आणि संयम कायम राखून अशा संकटांना ते सामोरे जातात आणि त्यांना पुरून उरण्यासाठी जे काही करायला हवं त्या दिशेने त्यांची वाटचाल सुरू होते.

एकजण एका फॅक्टरीत लेखापाल या पदावर काम करत होता. २६ वर्षे एवढा प्रदीर्घ कार्यकाल पूर्ण केल्यावर त्याची फॅक्टरी अचानक बंद पडली. यामुळे त्याच्यावर बेकारीची कुऱ्हाड कोसळली. तो जुन्या जमान्यातला कर्मचारी असल्यामुळे जेमतेम मॅट्रिकपर्यंतच त्याचं शिक्षण झालं होतं. एव्हाना तो ४५ वर्षे वयाचा एक ज्येष्ठ कर्मचारी म्हणून स्थिरावला होता. कार्यानुभव आणि मानसिक परिपक्वता या वैशिष्ट्यांमुळे तो एक चांगला कर्मचारी म्हणून ओळखला जात होता. लवकरच त्याची बढती होणार होती. पण झालं भलतंच! बढती तर राहिली दूर आणि शिवाय नोकरीही गेली. त्यामुळे 'आता आपलं कसं होणार' असा भयंकर प्रश्न त्याच्यापुढे उभा ठाकला. बायको आणि दोन मुलांचं पालनपोषण कसं करावं या काळजीने तो अस्वस्थ झाला; पण मुळातच आशावादी असल्याने त्याने धीर सोडला नाही. नोकरी गेल्यामुळे दुसरी नोकरी किंवा कामधंदा शोधण्याशिवाय गत्यंतर नाही, हे वास्तव त्याने स्वीकारलं. त्या दिशेने त्याच्या प्रयत्नांची सुरुवातही झाली; पण वाढलेलं वय आणि जेमतेम शिक्षण अशी त्याची पार्श्वभूमी असल्यामुळे प्रयत्नांना यश येईल की नाही, या संबंधीच्या अनिश्चिततेमुळे काळजी पिच्छा सोडत नव्हती. दरम्यान, एका प्रतिष्ठित विमा कंपनीचा एक विकास अधिकारी त्याच्याकडे आला. त्याच्या कंपनीच्या नवीन योजनांची माहिती लोकांना देऊन त्यांना एखादी पॉलिसी विकत घेण्यासाठी प्रवृत्त करणे ही जबाबदारी त्याच्यावर सोपवण्यात आली होती. म्हणून तो अधिकारी याच्याकडे आला होता; पण सध्या ज्या बिकट अवस्थेतून त्याचं मार्गक्रमण सुरू होतं त्याची माहिती त्याने अधिकाऱ्याला दिली, आणि तो पॉलिसी विकत का घेऊ शकत नाही हे समजावून दिलं. यावर अधिकारी म्हणाला, "हरकत नाही. पण तुम्हाला हे सांगावसं वाटतं की, आमच्या कंपनीत विमा प्रतिनिधींची भरती करण्याचं ठरलं आहे. तुम्ही या पदासाठी अर्ज करावा असं मी सुचवू इच्छितो." हे ऐकल्यावर संकटग्रस्त माणसाला हायसं वाटलं. पण आपल्याला विमा क्षेत्राबद्दल विशेष ज्ञान नाही, अनुभव तर नाहीच आणि आपण फारसं शिकलेलोही नाही. मग 'आपली निवड कशी होणार?' हा विचार त्याच्या मनात आला, तरीही आशावादी असल्यामुळे त्याने अर्ज करायचा निर्णय घेतला. त्याचा अर्ज मान्य करून कंपनीने त्याला निवड चाचण्यांसाठी आमंत्रित केलं. त्याला दोन चाचण्या द्याव्या लागल्या. एका चाचणीत विमा व्यवसायविषयक तांत्रिक ज्ञानासंबंधी प्रश्न होते व हे ज्ञान आवेदकाला कितपत अवगत आहे याचं मूल्यांकन त्यातून केलं जाणार होतं. दुसऱ्या चाचणीचा उद्देश आवेदकाच्या व्यक्तिमत्त्वाचं मापन करणं हा होता. आवेदक किती प्रमाणात आशावादी आहे याचं मूल्यांकन या चाचणीद्वारा केलं जाणार होतं. एखाद्या विमा प्रतिनिधीला संभाव्य पॉलिसी धारकांकडून

पॉलिसी विकत घेण्याच्या संदर्भात जेव्हा सतत नकार मिळतो तेव्हा अशा प्रतिसादामुळे नाउमेद न होता आशावादी दृष्टिकोनातून पुनःपुन्हा प्रयत्न करण्याची प्रवृत्ती ज्यांच्यात प्रबळ असते असे लोक विमा प्रतिनिधी या पदावर यशस्वी होऊ शकतात. विमा प्रतिनिधी निवडीच्या संदर्भात कंपनीने ज्या तज्ज्ञांची नियुक्ती केली होती त्यांचं असं मत होतं. म्हणून निवडकर्त्यांचा कटाक्ष यावर होता की, आवेदक आशावादी असायलाच हवा, भलेही विमा क्षेत्रातील कामकाजाचा अनुभव त्याच्या गाठीशी नसो किंवा याविषयक ज्ञानही त्याला नसो. या धोरणामुळे ४५ वर्षांचा विमा क्षेत्रातील अनुभव नसलेला उमेदवार, प्रचंड आशावादी असल्याचं व्यक्तिमत्त्व चाचणीतून सिद्ध झाल्यामुळे, विमा प्रतिनिधी या पदासाठी निवडकर्त्यांना योग्य वाटला. पुढे त्याची नियुक्ती झाल्यावर अवघ्या एक वर्षाच्या कालावधीत त्याने भरघोस यश संपादन केलं.

आशावादी लोकांमध्ये जे आणखी एक वैशिष्ट्य दिसून येतं ते हे की, आपल्या मार्गात कितीही विघ्नं आली तरी सरतेशेवटी सर्व काही सुखरूपपणे पार पडेल, असा 'दृढ विश्वास' ते बाळगून असतात. वस्तुतः अचानक नोकरी जाणं किंवा घरातल्या कर्त्याचा आकस्मिक मृत्यू होणं या अशा काही घटना आहेत की 'आता पुढे काय?' हा यक्षप्रश्न संबंधितांना हादरून टाकतो; पण आशावादी लोकांना अशा अंधकारातूनही आशेचा किरण दिसतो. विद्यमान संकट ही आपली सत्त्वपरीक्षा असून आपण धीराने या संकटाला सामोरे जाण्याचा प्रयत्न केला तर या परीक्षेच्या दिव्यातून आपण सहीसलामत बाहेर पडू असा दृढ विश्वास अशा वेळी त्यांचा आधार बनलेला असतो. मधल्या प्रतीक्षेच्या काळात ते आपला धीर खचू देत नाहीत. उलट टप्प्याटप्प्याने अंतिम मार्ग कसा काढायचा याचा विचार ते करतात. एका ३५ वर्षे वयाच्या विवाहित महिलेला अशाच एका दिव्यातून पार पडावं लागलं. तीन मुलींची आई असलेल्या या बाईचा पती अचानक दगावला. या परिवाराचा एक छोटासा परंपरागत व्यवसाय होता. पतीच्या आकस्मिक मृत्यूनंतर 'आता आपलं काय होणार?' या प्रश्नामुळे बाई धास्तावली. 'मी व्यवसाय सांभाळू की मुलींचं संगोपन करू?' असा पेच तिच्यासमोर निर्माण झाला. काही दिवस पतीच्या आठवणीने झुरण्यात गेले. माहेरच्यांनी तिला त्यांच्याकडेच राहावं असं सुचवलं. पण तिने हळूहळू स्वतःला सावरलं आणि आता तिच्यावर येऊन ठेपलेली जबाबदारी निभवावीच लागेल असं स्वतःला बजावलं. ठप्प झालेला व्यवसाय आता पुन्हा सुरू करावा आणि वेळात वेळ काढून मुलींकडेही लक्ष द्यावं असं तिने ठरवलं. अगदी पहिलं पाऊल म्हणजे आहे त्याच स्थितीत व्यवसाय सुरू करून नेहमीच्या ग्राहकांना पुन्हा आपल्याकडे वळवण्याचा निर्धार. एकदा ग्राहकांचा प्रतिसाद मिळायला सुरुवात झाल्यावर पुढे व्यवसाय कसा वाढवायचा हेही सुचेल,

असा तिचा दृढ विश्वास होता. आशावादी असल्यानेच तिला ही खात्री होती. असं नियोजन करून तिच्या प्रयत्नांना तिने सुरुवात केली. अर्थात व्यवसाय आणि मुलींचं संगोपन या दोहोंमध्ये समन्वय साधण्याचा विसर तिने पडू दिला नाही. अशा रीतीने तिची वाटचाल सुरू झाली आणि थोड्या कालवधीतच ती तिच्या व्यक्तिगत आणि व्यावसायिक जीवनात यशस्वी ठरली. आपल्या व्यवसायात तर तिने जम बसवलाच आणि शिवाय मुलींच्या संगोपनात कोणतीच कसर तिने बाकी ठेवली नाही.

'नाउमेद न होणे' आणि 'दृढ विश्वास' या वैशिष्ट्यांव्यतिरिक्त आवश्यक ती 'कृती' अमलात आणण्याची तत्परताही आशावादी लोकांमध्ये दिसून येते. प्राप्त परिस्थितीतून मार्ग काढण्यासाठी जे प्रयत्न आवश्यक मानले जातात, त्यात हे लोक अजिबात चालढकल करत नसतात. एका ३१ वर्षे वयाच्या तरुण व्यावसायिकाला हृदयविकाराचा तीव्र झटका आला; पण डॉक्टरांनी त्याला महत्प्रयासाने वाचवलं. मात्र यापुढे सामान्य लोकांसारखं सुरळीतपणे जीवन जगण्यासाठी ३० किलो वजन कमी करणं, सिगारेट ओढणं बंद करणं आणि आहारावर पूर्ण नियंत्रण ठेवणं आवश्यक असल्याचं डॉक्टरांनी त्यांला सांगितलं. अन्यथा जिना चढता न येणं आणि इतरांच्या मदतीशिवाय बाहेर न जाता येणं असे परिणाम भोगावे लागतील, याची जाणीव डॉक्टरांनी त्याला करून दिली. शिवाय दिलेल्या सूचनांचं पालन केलं नाही, तर हृदयरोग बळावेल आणि अनर्थ घडेल, हे डॉक्टरांनी त्याला आवर्जून सांगितलं. हे ऐकल्यावर आपल्या बाबतीत असं काहीतरी घडणं आणि त्यामुळे इतरांवर ओझं म्हणून आपल्याला जीवन जगणं भाग पडावं हे त्याला मुळीच पसंत नव्हतं. म्हणूनच डॉक्टरांच्या सूचनांचं काटेकोर पालन करण्याच्या कृतीला प्रारंभ केला. प्रयत्नांमध्ये खंड न पडू दिल्यामुळे दीड वर्षांनी इतर सामान्य लोकांप्रमाणे तो शारीरिकदृष्ट्या निकोप बनला.

खरोखर, संकटांवर मात करून सुखासमाधानाने जगण्यासाठी आशावादी बनायला शिकावं. पण एखादं संकट अचानक आपल्यासमोर येऊन ठाकल्यावर त्याच्यावर मात करण्यासाठी लागणारं बळ आणायचं कुठून? हा प्रश्न शिल्लक राहतोच. यावर उत्तर हे की, ते आपल्यातच दडलेलं असतं. असं असेल तर बरेचजण संकटकाळात हतबल झालेले का दिसतात? कारण हे सामर्थ्य खोलवर आपल्या सुप्त मनात दडलेलं असल्यामुळे तिथपर्यंत ते पोहोचू शकत नाहीत. मग या सामर्थ्याचा उपयोग ते कसा करू शकणार? वस्तुतः खोलवर आपल्या अंतरंगात दडलेलं सामर्थ्य 'अक्षय' असून त्याची तीव्रता प्रचंड आहे. या सामर्थ्याचं वैशिष्ट्य हे की, एरवी एखाद्या संकटातून बाहेर पडण्याचा मार्ग जेव्हा आपल्याला सुचत नाही तेव्हा या आंतरिक सामर्थ्याच्या

साहाय्याने तो आपण शोधू शकतो. या सामर्थ्याला संत महात्मे 'ईश्वर' किंवा 'ब्रह्म' असं म्हणतात. याचा अर्थ ब्रह्म म्हणजे चैतन्यरूपी ईश्वराचा वास आपल्यात असतो आणि त्याचा ठाव घेण्यासाठी अंतःकरणात खोलवर शिरावं लागतं. चित्त स्थिर करून ईश्वराची प्रार्थना केली तर हे घडून येऊ शकतं. थोडक्यात, 'माझ्यावर कोसळलेल्या संकटातून बाहेर पडण्याचा मार्ग दाखवण्याची आर्त विनंती मी तुला करतो आहे भगवंता' असं जर देवाला आपण आळवलं तर आपलं संकट निवारण्याची जबाबदारी आपल्या अबोध मनात वास करणाऱ्या ईश्वररूपी शक्तीवर आपण सोपवत आहोत, असा याचा अर्थ होतो. आपण आशावादी असलो तर ही आंतरिक शक्ती आपल्या संकटातून बाहेर पडण्याचा मार्ग आपल्याला सुचवेल, ही श्रद्धा बळावते. थोडा धीर धरला तर अपेक्षित परिणाम घडून येईल. ही शक्ती कार्यान्वित झाली की प्राप्त संकटातून मार्ग कसा काढता येईल, याचा विचार एकाएकी जाणिवेच्या पातळीवर मनात येतो आणि तो येताच, 'अरे, हे तर मला आधी सुचलंच नाही' असं आपण स्वतःशी बोलतो. आधीचे सर्व प्रयत्न स्वसामर्थ्याच्या बळावर केलेले असतात, तर नंतरची सूचना आंतरिक शक्तीकडून प्राप्त झालेली असते.

आशावादी लोक असा विश्वास बाळगून असतात की, जे जे अपेक्षित आहे ते ते यथावकाश घडून येईल. शिवाय आपल्या अंतरंगात ईश्वरशक्तीचा वास असल्यामुळे सर्व संकटांना सामोरं जाण्याचंही सामर्थ्य आपल्याला लाभलेलं आहे, अशी श्रद्धेची जोड मिळाली तर आशावादी लोक आपलं सुख आणि समाधान नेहमीच अबाधित राखू शकतील. म्हणूनच नैराश्य किंवा नकारात्मक वृत्ती त्यागून सकारात्मक वृत्तीने परिपूर्ण असं आशावादी बनण्याचा निर्धारपूर्वक प्रयत्न प्रत्येकाने करावा.

८

आत्मविश्वास कसा वाढवावा?

जीवनातल्या विविध समस्यांना सामोरं जाण्याची आणि त्यांचं निराकरण करण्याची क्षमता आपल्यात आहे, अशी स्वतःबद्दल खात्री बाळगणं हे आत्मविश्वासाचं प्रतीक मानलं जातं. साहजिकच आपण कठीण प्रसंगांचा सामना करण्याइतपत सक्षम आहोत, असा स्वतःबद्दल ज्यांना भरवसा वाटतो ते त्यांच्या आत्मविश्वासपूर्ण वागण्यातून इतरांवर एक वेगळीच छाप सोडत असतात.

ज्याच्या नावाने चहाचा एक ब्रँड जगभर अतिशय प्रसिद्ध झाला होता त्या लिप्टनबद्दल असं सांगतात की, लहानपणी तो एका हॉटेलमध्ये गेला. बराच वेळ उपाशी असल्यामुळे तो अतिशय भुकेला झाला होता. त्यामुळे तो जेवणासाठी अतिशय आतुर झाला होता. त्याने हॉटेलमालकाला विचारलं की त्याच्या लायक काही काम त्याला हॉटेलमध्ये मिळेल का? कामाच्या मोबदल्यात जे काही पारिश्रमिक मिळेल ते त्याला जेवणाची किंमत चुकवण्यात साहाय्यभूत ठरणार होतं; पण मालकाने त्याला तो काम देऊ शकणार नाही असं सांगितलं, कारण त्याच्याकडे आधीच खूप लोक कामाला होते. तरीही 'मी तुला मोफत जेवण देऊ शकतो' आणि ही मदत मी करायला तयार आहे असं लिप्टनला सांगितलं. लिप्टनने त्याचे आभार मानले आणि 'मला मोफत जेवण घेणं प्रशस्त वाटत नाही' असा खुलासा केला. त्याचा हा स्वाभिमानी बाणा पाहून हॉटेलमालकाला त्याचं कौतुक वाटलं. त्याने लगेच लिप्टनला ऑफर दिली की, 'माझ्या हॉटेलमध्ये येऊन राहणारे ग्राहक तू मला मिळवून दे आणि तुझ्या या कामाचा मोबदला म्हणून तुझी इथे राहण्याखाण्याची व जेवणाची सोय मी करून देईन.' लिप्टनने ही सूचना मान्य केली आणि तो लगेच कामाला लागला. त्याच्या संभाषणचातुर्यामुळे आणि इतरांचं मन वळवण्याच्या कौशल्यामुळे त्याने मालकाला हॉटेलमध्ये राहणारे बरेच ग्राहक मिळवून दिले. लिप्टनला जे यश मिळालं ते त्याच्या आत्मविश्वासामुळेच.

आत्मविश्वास वाढण्यासाठी नेमकं काय करावं?

जोपर्यंत कोणतं व्यक्तिगत उद्दिष्ट आपल्याला साध्य करायचं आहे हे निश्चित होत नाही तोपर्यंत आत्मविश्वासाच्या विकासाला चालना मिळू शकत नाही. म्हणूनच एकदा ध्येय निश्चित झालं की, जे काही आपण करत आहोत ते या ध्येयाच्या प्राप्तीसाठी निश्चितच उपयुक्त ठरेल अशी खात्री वाटायला लागणं हा आपल्यात आत्मविश्वास निर्माण व्हायला सुरुवात झाली असल्याचा संकेत मानावा.

'आपण समृद्ध जीवन जगावं' हे जर एखाद्याचं अंतिम ध्येय असेल तर त्या दिशेने वाटचाल सुरू होणं अतिशय महत्त्वाचं असतं. या संदर्भात पदवी परीक्षा उत्तम प्रकारे उत्तीर्ण होणं ही पहिली पायरी मानली जावी. कारण, करिअर घडवण्यासाठी ती परीक्षा उत्तीर्ण होणं ही किमान पात्रता पूर्ण होणं आवश्यक असतं. म्हणूनच ही परीक्षा उत्तीर्ण होणं म्हणजे यशस्वी होणं आणि 'आपण यशस्वी ठरलो' या भावनेतून आत्मविश्वास वाढतो. पुढे स्पर्धा परीक्षेची तयारी सुरू होते आणि या परीक्षेतही अपेक्षित यश मिळालं तर आत्मविश्वास द्विगुणित होतो. सरतेशेवटी चांगली नोकरी मिळाली की आता अभ्युदयाला प्रारंभ होईल, अशी खात्री बळावते.

अर्थात आत्मविश्वास विकसित होण्यासाठी 'वैभवसंपन्न जीवन जगणं' हेच उद्दिष्ट साध्य व्हायला हवं असं मात्र नाही. कारण, 'मला सदैव जनकल्याणासाठी झटायचं आहे' किंवा 'सदैव इतरांच्या कामी पडणं हेच माझं सर्वस्व आहे' अशा ध्येयांच्या प्राप्तीसाठी केलेल्या प्रयत्नांमध्ये यशस्वी होणाऱ्या लोकांमध्येही दांडगा आत्मविश्वास दिसून येतो.

आपल्यात आत्मविश्वास वाढावा असं ज्यांना वाटतं त्यांनी काही गोष्टींकडे विशेष लक्ष देऊन त्यांच्या परिपूर्तीसाठी आवश्यक ती कृती घडण्यासाठी प्रयत्नशील असावं.

१) अगदी निर्भीडपणे वागावं

आपल्याला एक व्यक्ती म्हणून सन्मानपूर्वक वागणूक दिली जावी अशी मागणी करणं हा प्रत्येकाचा अधिकार आहे. तसंच आपल्याला काय वाटतं हे व्यक्त करण्याचा अधिकारही प्रत्येकाला प्रदान करण्यात आला आहे. या अधिकारांचा वापर करून जेव्हा कोणी आपलं मनोगत निर्भीडपणे व्यक्त करतो तेव्हा त्याच्यात एक आगळावेगळा आत्मविश्वास संचारलेला असतो. एवढंच नव्हे, तर जेव्हा 'नाही' म्हणणं आवश्यक असतं तेव्हा संकोच न बाळगता तसं म्हणणंदेखील आत्मविश्वासाचंच प्रतीक मानलं जातं.

खरं तर सन्मानपूर्वक वागणुकीचा आग्रह न धरणं किंवा एखादी गोष्ट पटलेली नसतानाही तसं बोलून दाखवण्याऐवजी मागे हटणं म्हणजे स्वतःला कमकुवत करण्याचंच लक्षण होय. असं आपल्याला कमजोर करणं हे आपल्यात आत्मविश्वासाचा अभाव आहे हेच सूचित करतं.

२) स्वतःच स्वतःबद्दल अभिमान बाळगावा

जर एखाद्याच्या हातून त्याने केलेला संकल्प सिद्धीस गेला असेल तर इष्ट ध्येय प्राप्त करण्यासाठी आवश्यक असलेली 'क्षमता आपल्यात असल्यामुळेच हे शक्य झालेलं आहे' हे ध्यानात घेऊन या स्वकर्तृत्वाचा अभिमान बाळगावा; पण याचा अर्थ त्याने गर्वाने वागावं असं नाही. उलट या बाबतीत आपण सक्षम आहोत अशी खात्री बाळगावी. यातूनच आत्मविश्वास वाढण्यात मदत होईल.

दैनंदिन जीवनातील अगदी छोटी छोटी कामंदेखील उत्कृष्टपणे पार पाडावी. यामुळे यशप्राप्तीची भावना निर्माण होऊन आपण सक्षम आहोत, ही अनुभूती आत्मविश्वास वाढीला लावण्यासाठी उपयुक्त ठरेल.

३) आत्मप्रतिमा अधिक उजळ बनवण्याचा प्रयत्न व्हावा

'आपण कसे आहोत' यासंबंधी प्रत्येकाला जे काही जाणवलं असतं ते त्याच्या मनात त्याने त्याची स्व-प्रतिमा कशी कोरलेली आहे, याचं निदर्शक असतं. हाती घेतलेलं कोणतंही काम यशस्वीरीत्या पूर्ण होण्यासाठी लागणारी जिद्द, चिकाटी, आणि क्षमता आपल्यात आहे असा जर त्याचा गतानुभव असेल तर त्याची स्व-प्रतिमा प्रतिकूल असण्याऐवजी अनूकूल राहील, हे उघड आहे.

याचा अर्थ प्रत्येकाने आपल्यातल्या गुणांची कदर करून ते जोपासणं अत्यंत आवश्यक आहे. कारण, या गुणांमुळेच तो यश संपादन करत असतो. हे लक्षात घेता स्वतःच्या गुणांचा योग्य तो अभिमान बाळगावा. आत्मविश्वास वाढीला लागण्यासाठी हे अत्यंत आवश्यक आहे. 'कोणीच सर्व बाबतीत परिपूर्ण नसतो आणि म्हणून आपल्यातले दोष किंवा कमतरता कोणीही अमान्य करू नये किंवा दुर्लक्षित राहू देऊ नये. उलट ते स्वीकारून कमी कसे करता येतील किंवा यश संपादनाच्या मार्गातील अडथळे बनू नयेत म्हणून त्यांना नियंत्रित कसं करता येईल, याचाही प्रयत्न प्रत्येकाकडून व्हायला हवा.

शिवाय आपल्या दोषांवर जर कोणी बोट ठेवत असेल तर त्यामुळे अजिबात विचलित होऊ नये. आपल्यातले दोष जेव्हा आपल्या ध्यानात आलेले असतात तेव्हा त्यांच्याबद्दल जर कोणी उल्लेख केलाच तर त्याकडे पूर्ण दुर्लक्ष करावं. विशेषतः ते कसे घालवायचे किंवा कमी करायचे यासंबंधी आपण विचार करून जर एखादी कृती योजना बनवली असेल तर इतरांनी त्याबाबत काही बोलणं निरर्थक ठरतं.

मात्र, आपण स्वतःसाठी निश्चित केलेलं ध्येय कधीही नजरेआड होऊ देऊ नये. ते साध्य होण्यासाठी आवश्यक असलेला प्रयत्न अगदी प्रामाणिकपणे करावा. म्हणूनच 'मला एक चांगली व्यक्ती व्हायचं आहे' किंवा जमेल तेवढी 'मानवतेची सेवा करायची आहे' असं जर एखादं ध्येय आपल्याला साध्य करायचं असेल तर अगदी कसोशीने त्यासाठी आवश्यक असलेला प्रयत्न आपल्या हातून घडायला हवा. अशी वृत्ती आणि योग्य ती कृती आत्मविश्वासाच्या विकासासाठी पोषक ठरेल.

४) इतरांबद्दल विचार करावा

'इतरांच्या अस्तित्वाची दखल घेणं आपला आत्मविश्वास वाढण्याच्या संदर्भात कसं काय महत्त्वाचं ठरू शकतं?' असा प्रश्न कोणाच्याही मनात उद्भवणं अगदी स्वाभाविक आहे. थोडा खोलवर विचार केला तर हे लक्षात येईल की, आपल्या वागण्यामुळे इतर लोक सुखावले आहेत असं आपण जेव्हा पाहतो तेव्हा आपल्यासाठी ही अतिशय समाधानकारक बाब ठरते. शिवाय आपल्यासाठी ती मंडळी महत्त्वाची असल्यामुळे त्यांची योग्य ती कदर आपण करतो, असा संकेत आपल्या वागण्यातून त्यांना मिळतो, म्हणून त्यांना आनंद होतो. अर्थात हे सर्व बघून इतरांना खुश करण्याचं सामर्थ्य आपल्यात आहे या जाणिवेने आत्मविश्वास वाढतो.

५) 'भय' आणि 'चिंता' यांना नियंत्रित करावं

भय आणि चिंता या अशा भावना आहेत की, त्यांची अभिव्यक्ती नियंत्रित केली गेली नाही तर आपण अस्वस्थ आणि बेजार होतो. या भावना आवेगात्मक असतात आणि म्हणून विवेक थिटा पडतो आणि मनाचं संतुलन बिघडतं. असं होऊ द्यायचं नसेल आणि आत्मविश्वासावर आच येऊ द्यायची नसेल तर काही गोष्टींचं पालन करणं हितावह ठरेल.

सर्वप्रथम अगदी शांत राहून आवेग ओसरू द्यावा. काही काळपर्यंतच आवेग टिकतो आणि परिणामकारक ठरतो. नंतर तो ओसरतो आणि तर्कसंगत विचाराला चालना मिळते. यामुळे आपणच काळजी किंवा भीती आपल्यावर ओढवून घेतल्याचं लक्षात येतं. 'आपल्याला हव्या त्याप्रमाणे गोष्टी घडाव्या' अशी आपली धारणा असते. 'त्या तशा घडल्या नाहीत तर ते मी सहन करूच शकणार नाही' असं आपण स्वतःला पटवून देतो. म्हणूनच काळजी किंवा अपेक्षाभंग होण्याची भीती निर्माण होते. हे लक्षात ठेवून या भावनांच्या आहारी न जाता अगदी शांत राहून आवेग ओसरू द्यावा म्हणजे योग्य तो मार्ग दिसेल आणि आत्मविश्वास वाढेल.

इतरांचं साहाय्य घेतल्यास 'उद्याची काळजी' कशी दूर होऊ शकेल याबद्दल उपाय शोधण्यास हातभार लागतो आणि योग्य ते भावनिक नियंत्रण ठेवणं शक्य होतं.

पण आजच्या दिवसाला समर्थपणे कसं सामोरं जाता येईल यावरच भर द्यावा. उद्याच्या काळजीचा आज विचार करण्याची गरज यामुळे भासणार नाही. आजचा दिवस योग्य त्या प्रकारे निभावला गेला तर आत्मविश्वास बळावेल आणि उद्याचा दिवस उजाडल्यावर तोही समर्थपणे हाताळता येईल.

आजपर्यंत 'मी ज्या सक्षमतेने समस्या हाताळल्या आहेत त्याच क्षमतेने यापुढेही हाताळण्याचा कसोशीने प्रयत्न करेन' असा मनाचा निर्धार करून आपला व्यवहार आपण पार पाडावा. यामुळे यशाची संभाव्यता वाढेल आणि आत्मविश्वास वाढत जाईल.

आत्मविश्वासाचं स्वरूप : विशिष्ट आणि साधारण

आत्मविश्वास दोन प्रकारचा असतो- विशिष्ट आणि साधारण. एका विशिष्ट क्षेत्रात आपण निश्चितपणे यशस्वी ठरू, अशी जर खात्री एखाद्याला वाटत असेल तर हा त्यांच्यातला 'विशिष्ट' आत्मविश्वास म्हटला जाईल. उदाहरणार्थ, गायनाच्या क्षेत्रात आत्मविश्वास असणाऱ्याला आपण यशस्वीपणे गाऊ शकू, मग ते सुगम संगीताच्या क्षेत्रातलं गायन असो की शास्त्रीय संगीताच्या क्षेत्रातलं, याबद्दल पूर्ण भरवसा असतो. पण 'सामाजिक किंवा राजकीय क्षेत्रात आपण यशस्वीपणे नेतृत्व राबवू शकू' अशी खात्री मात्र त्याला वाटत नसते. संगीताच्या क्षेत्रात आवश्यक असलेली क्षमता, आवड आणि परिश्रम करण्याची जिद्द यांसारखी वैशिष्ट्यं ज्यांच्यात असतात ते सतत यशस्वी होत असतात आणि यातूनच पुढे त्यांच्यात या क्षेत्रात यशस्वी होण्यासाठी आवश्यक असलेला आत्मविश्वास विकसित होतो.

'सर्वसाधारण' आत्मविश्वास मात्र कोणत्या विशिष्ट क्षेत्रातील कौशल्य एखाद्यात आहे यावर अवलंबून नसतो. याऐवजी 'जो संकल्प आपण सिद्धीस नेण्याचं ठरवलं आहे तो आपण निश्चितपणे सिद्धीस नेऊ शकू' अशी स्वतःबद्दल त्याला खात्री वाटत असते. याचा अर्थ जे जे आपण हाती घ्यायचं ठरवलं आहे ते पूर्णत्वाला नेऊ शकू, असा स्वतःबद्दल विश्वास वाटणं म्हणजेच व्यक्तीत सर्वसाधारण आत्मविश्वास प्रबळ असणं असं म्हणता येईल. फ्रान्समधील एक जुनी गोष्ट आहे. एक गरीब मुलगा त्याच्या घराजवळ राहणाऱ्या एका प्रसिद्ध गायिकेकडे गेला. तिने त्याची आस्थेने विचारपूस केली आणि तिला त्याने भेटण्यामागचं प्रयोजन काय आहे, हे जाणून घेण्याचा प्रयत्न केला. त्याच्या बोलण्यावरून तिच्या हे लक्षात आलं की, त्याची आई आजारी असून तिच्या उपचारासाठी त्याला पैसा हवा होता. तो तिने मदत म्हणून देऊ केला; पण तो ठामपणे तिला म्हणाला की, तिच्याकडून त्याला फुकटात मदत नको आहे. म्हणून त्याने स्वतः लिहिलेली कविता तिला दिली आणि जे मानधन

तुम्हाला मिळेल त्यातलं जेवढं तुम्हाला योग्य वाटेल ते मला द्या असं सांगितलं. त्याच्यातल्या या आत्मविश्वासामुळे गायिका अतिशय प्रभावित झाली. तिने त्याची रचना गाण्याच्या रूपात दुसऱ्या दिवशी तिच्या मैफिलीत सादर केली. श्रोत्यांना तिचं गाणं आणि गीतरचना अतिशय आवडली. त्या गीताचा रचनाकार एक गरीब मुलगा असून त्याच्या आईच्या आजारपणाच्या उपचारासाठी त्याला पैशाची गरज आहे, असंही तिने श्रोत्यांना सांगितलं. त्याला आर्थिक मदत मिळावी म्हणून मी हे गीत आज सादर केलं आहे, हे तिने स्पष्ट केलं. त्यामुळे श्रोत्यांनी उदार अंतःकरणाने आर्थिक मदत केली. नंतर गायिका स्वतः त्या मुलाकडे गेली आणि त्याच्या आईची भेट घेतली. श्रोत्यांनी दिलेले सर्व पैसे तिने मुलाच्या आईच्या स्वाधीन केले. त्या मुलाचं मातृप्रेम, आत्मविश्वास आणि त्याची क्षमता या सर्वांचं तिने कौतुक केलं. अशा या गुणी मुलाची आपण आई आहात हे आपलं भाग्यच आहे, असं म्हणून गायिकेने मुलाच्या आईचा निरोप घेतला. इथे हे उल्लेखनीय आहे की, साहित्यनिर्मितीचं कौशल्य आपल्यात आहे याची त्या मुलाला जाणीव नव्हती. तरीदेखील आपली कविता गायिकेला आवडेल अशी त्याची खात्री वाटत होती आणि म्हणूनच गायिकेच्या मदतीने आईच्या उपचारासाठी आपण पैसा उभारू असा विश्वास त्याला वाटत होता. त्याच्यात सर्वसाधारण आत्मविश्वास किती प्रबळ होता, हे या घटनेवरून दिसून येईल.

आपल्याला 'स्वतःबद्दल नेमकं काय वाटतं' याला सर्वसाधारण आत्मविश्वासाच्या संदर्भात अतिशय महत्त्व असतं. म्हणूनच प्रत्येकाने स्वतःला नीट ओळखून गुण-दोषांसह स्वीकारावं. याशिवाय कोणाच्याही मनात स्वतःबद्दल आदर निर्माण होणारच नाही. अर्थात स्वतःला नीट ओळखता येण्यासाठी चिंतनाची नितांत आवश्यकता असते. 'आपण इतरांना जसे दिसतो तसे खरंच आहोत का?' हे चिंतनातून अतिशय उत्तम रीतीने जाणून घेता येतं. चिंतन एकांतात केलं जातं व म्हणून अगदी सखोल असं आत्मपरीक्षण चिंतनातून करता येतं. सध्या आपण जसे वागतो आहोत 'ते स्वतःला तसं खरोखरच वागावसं वाटतं म्हणून की दुसऱ्या कोणाच्या सांगण्यावरून?' हे आत्मपरीक्षणातूनच समजून घेता येतं. 'आपण कसे आहोत?' हे एखाद्याला नीट समजलेलं आहे म्हणून त्याची स्वतःबद्दलची एक विशिष्ट आत्मप्रतिमा बनलेली असते की, कोणीतरी आपल्या मनावर 'आपण कसे आहोत' हे बिंबवल्यामुळे ती तशी बनलेली असते, हेदेखील आत्मपरीक्षणातूनच त्याला समजू शकतं. म्हणूनच आत्मपरीक्षणातून स्वतःला नीट जाणून घेण्यापासून कोणीही पराङ्मुख करून घेऊ नये. आपण खरोखर जसे आहोत तसे स्वतःला स्वीकारल्याशिवाय कोणातच आत्मविश्वास विकसित होऊ शकणार नाही.

'अपयशी होणं म्हणजे भयंकर आणि म्हणून ते सहन करणं अतिकठीण' असं जर आपल्या सहवासातलं कोणी सतत म्हणत असेल तर आपणही 'अपयश म्हणजे महाभयंकर' अशा दृष्टिकोनातून अपयशाकडे बघणं कितपत सयुक्तिक ठरेल? अपयशाचा असा अर्थ लावणं निश्चितच तर्कविसंगत ठरेल. कारण, कोणतीच मानवी व्यक्ती परिपूर्ण नसल्यामुळे प्रत्येकाच्या हातून चुका होणारच किंवा पदरी अपयश पडणारच. म्हणून अपयशामुळे खचून जाऊन स्वतःला कमी लेखणं एकदम चुकीचं ठरेल. ही वस्तुस्थिती लक्षात घेता अपयश किंवा वैफल्याबाबत इतरांना काय वाटतं याला विशेष महत्त्व न देता आपल्याला अपयशाबद्दल जे वाटतं ते सयुक्तिक आहे किंवा नाही याकडे लक्ष द्यावं. आशावादी दृष्टिकोनातून अपयशासारख्या घटनांकडे बघितलं तर स्वतःचं अवमूल्यन करण्याच्या प्रवृत्तीला आळा बसेल आणि प्रयत्नांमध्ये खंड पडणार नाही. अशी मानसिक अवस्था आत्मविश्वासाच्या विकासाला निश्चितच पोषक ठरेल.

'आपण अपयशी ठरलो तर इतरांना आपल्याबद्दल काय वाटेल' हा विचार बऱ्याचजणांना त्रस्त करत असतो. ते आपल्याला अकार्यक्षम समजतील किंवा त्यांना आपली कीव करावीशी वाटेल आणि म्हणून त्यांच्यासमोर आपल्याला खाली पाहावं लागेल या विचाराने ते अस्वस्थ होतात. साहजिकच असं होऊ देण्याऐवजी जे आपल्याला जमत नाही त्याचा नाद सोडलेला बरा, असं ते ठरवतात. पण लोकांना आपल्या अपयशाबद्दल काय वाटेल हे लक्षात घेऊन हा निर्णय घेण्याआधी आपण अपयशी झालो तर त्याबद्दल आपल्याला स्वतःला काय वाटेल याचा विचार व्हायला पाहिजे. 'अपयशी झालो तरी त्याला भयंकर असं काहीही न मानता पुन्हा नव्या जोमाने प्रयत्न करावा' असा जर आपला दृष्टिकोन असेल तर 'लोकांना काय वाटेल' हा विचार गौण ठरतो. उलट अपयशाचं विश्लेषण करून आपण कशात कमी पडलो हे तपासून घ्यावं. ज्या कमतरतांमुळे यश मिळू शकलं नाही त्यासंबंधीची चर्चा जाणकारांसमवेत करून त्यांची मदत घेता येईल का हे चाचपडून पाहावं. अशा प्रकारे आपणहोऊन आपल्या अपयशाबद्दल इतरांशी विचारविनिमय केला तर त्यांना काय वाटेल याबाबतची काळजी आपोआप दूर होईल.

आपण हाती घेतलेलं काम निर्विघ्नपणे पूर्ण होण्यासाठी इतरांची मदत घेण्यात गैर काय आहे? अशी मदत मागणं हे मागणाऱ्यात आत्मविश्वासाचा अभाव दर्शवितो असं समजण्याचं कारण नाही. 'माझं काम तूच करून दे, कारण ते कसं करायचं हे मला माहीत नाही' असा इतरांना मदत मागण्याचा अर्थ होत नाही. उलट 'मी तर सर्वतोपरी झटतोच आहे, पण गरज भासली तर तुझी मदत मला लागेल' असा त्याचा

अर्थ होईल. ज्याला मदत मागितली जाते त्याला हे जाणवेल की, मदत मागणारा तसा सक्षम आहेच, पण काही अपरिहार्य कारणामुळे त्याला मदतीची गरज भासेल असं दिसतं आहे. म्हणूनच मदत मागणं हे एका अर्थी मागणाऱ्यात आत्मविश्वास असल्याचंच प्रतीक मानलं जावं.

समारोपादाखल असं म्हणता येईल की, हालअपेष्टा, अपयश आणि अवमान यासारख्या अनुभवांना जरी जीवनातील कटू सत्य मानलं तरी सन्मान, यशप्राप्ती आणि समाधान इत्यादींना जीवनात थाराच नाही असं म्हणता येणार नाही. कारण, असले सुखद अनुभव बरेचदा अगदी अनपेक्षितपणे व नाट्यमयरीत्या येतच असतात. मग अपयशासारख्या निराशाजनक घटनांनी आत्मविश्वास डळमळीत का होऊ द्यायचा?

९

यशस्वी व्हायचंय? – चिकाटी सोडू नका

आपण जे कार्य हाती घेतो किंवा आपल्यावर जे सोपवण्यात आलेलं असतं ते यशस्वीरीत्या पूर्ण करण्यासाठी क्षमता, कौशल्य किंवा संबंधित क्षेत्रातलं विशेष ज्ञान इत्यादींची आवश्यकता असते, असं बहुतेकांना वाटत असल्याचं त्यांच्या बोलण्यातून नेहमीच जाणवतं. ही सर्व वैशिष्ट्यं यशप्राप्तीसाठी आवश्यक असतात, हे नाकारून चालणार नाही. मात्र, केवळ हीच वैशिष्ट्यं यश संपादन करण्यासाठी पर्याप्त असतात असं म्हणता येणार नाही, कारण कोणी कितीही कुशल किंवा सक्षम असलं तरी एकदा कार्याला सुरुवात झाल्यावर कोणतेही अडथळे न येता कार्यपूर्ती होईलच असं ठामठोकपणे सांगणं कठीण आहे. उलट या ना त्या कारणाने छोटे-मोठे अडथळे कार्यपूर्तीच्या मार्गात येत असतात. हा आपला नेहमीचाच अनुभव आहे. साहजिकच या अडथळ्यांमुळे कार्यपूर्तीच्या दिशेने सुरू झालेल्या प्रयत्नांमध्ये खंड पडू शकतो. कधीकधी तर अडथळ्यांचं स्वरूप इतकं विचित्र असतं की, तो पार कसा होऊ शकेल याबद्दल साशंकता निर्माण होते. या संदर्भातील अनिश्चिततेमुळे प्रयत्न करणं व्यर्थ आहे, असं तीव्रतेने वाटायला लागल्यामुळे बरेचजण वैतागतात आणि हाती घेतलेलं काम अर्ध्यातच टाकून देतात. यावरून हे स्पष्ट होईल की, कार्यपूर्तीसाठी आवश्यक असलेल्या प्रयत्नांमध्ये खंड पडला तर इष्ट ध्येय संपादन करणं दुरापास्त बनतं.

म्हणूनच क्षमता, कौशल्य किंवा विशेष ज्ञानाबरोबरच कार्यपूर्तीसाठी 'चिकाटी' ठेवणंदेखील आवश्यक असतं, किंबहुना चिकाटीच्या अभावी ज्ञान, कौशल्य किंवा क्षमता यांसारखी वैशिष्ट्यं यशप्राप्तीच्या संदर्भात निष्क्रिय ठरू शकतात. १९९२ साली ऑलिम्पिक खेळांची स्पर्धा बार्सिलोना या ठिकाणी आयोजित करण्यात आली होती. त्या स्पर्धांमध्ये धावण्याच्या शर्यतीत लिनफोर्ड ख्रिस्ती या खेळाडूला त्याने प्रथम क्रमांक पटकावल्यामुळे सुवर्णपदक बहाल करण्यात आलं. ख्रिस्तीला अर्थातच खूप आनंद झाला. धावण्यात नैपुण्य प्राप्त केलेल्या ख्रिस्तीचं आयुष्यातलं एक ध्येय

होतं आणि ते म्हणजे ऑलिम्पिक स्पर्धेत सुवर्णपदक जिंकणं. ते स्वप्न पूर्ण झाल्याने तो अतिशय आनंदित झाला होता. एवढं घवघवीत यश संपादन केल्यामुळे त्याचा सर्वत्र सत्कार केला जात होता. एकदा अशाच सत्कार समारंभाच्या वेळी पत्रकारांनी त्याची मुलाखत घेण्याच्या निमित्ताने त्याला घेरलं. 'तुमच्या यशाचं रहस्य काय?' हा एक अपेक्षित प्रश्न त्याला विचारण्यात आला. यावर तो म्हणाला, ''खुल्या वातावरणात धावण्याची स्पर्धा आयोजित केली जात असल्यामुळे केवळ पायांच्या स्नायूंची बळकटता, श्वसनक्रियेवरील नियंत्रण आणि चपळता इत्यादींवर भर देऊन तयारी केली की स्पर्धा जिंकता येते असं समजू नये. कारण, याहीपेक्षा जे अधिक महत्त्वाचं असतं ते म्हणजे- हिंमत, निर्धार आणि स्पर्धा जिंकण्यासाठी लागणाऱ्या प्रयत्नांमध्ये शिथिलता येऊ नये म्हणून कणखर वृत्तीने करावं लागणारं स्वनियंत्रण.

लिनफोर्ड ख्रिस्तीने जे मत व्यक्त केलं आहे त्यात 'चिकाटी ठेवून परिश्रम करण्याची कणखर मनोवृत्ती' या घटकाला बरंच महत्त्व दिलं गेल्याचं दिसून येतं. ध्येयप्राप्तीच्या मार्गात कितीही अडथळे आले तरी हिंमत न हारता परिश्रमातील सातत्य टिकवण्यालाच चिकाटी असं म्हणतात. चिकाटीमुळे कार्यपूर्तीसाठी मार्गातील अडथळे पार करून यशस्वी होण्यासाठी आवश्यक असलेली इच्छाशक्ती बळावते. इच्छाशक्तीच्या अभावी क्षमतांचा किंवा कौशल्यांचा जेवढ्या प्रमाणात उपयोग व्हायला हवा तेवढ्या प्रमाणात तो केला जात नाही. उलट अडथळ्यांना न जुमानता चिकाटीने प्रयत्न चालू ठेवल्यास काम उत्तम रीतीने पूर्ण करायचंच, अशी प्रेरणा जागृत होते. 'स्वतःच स्वतःला प्रेरित करणे' हा परिणाम चिकाटीतून साधला जातो.

यशप्राप्तीच्या संदर्भात चिकाटी न सोडता प्रयत्नशील असण्याचं महत्त्व लक्षात घेता बरेच लोक कार्यपूर्तीच्या मार्गातील छोट्या-मोठ्या अडथळ्यांमुळे इष्ट ध्येय साध्य करण्याच्या इराद्यापासून का परावृत्त होतात, हे जाणून घेणं जरुरीचं आहे. त्यांच्या अपयशासंबंधीच्या धारणांमध्ये या प्रवृत्तीचं मूळ दडलेलं असतं, असं म्हणावयास हरकत नाही. कार्यपूर्तीच्या मार्गातील अडथळे पार करणं कठीण असल्याचं जेव्हा त्यांना जाणवतं तेव्हा 'आता आपल्या पदरी अपयशच येणार' असं त्यांना वाटायला लागतं. कारण 'आपण जे काही हाती घेऊ त्यात यशस्वी झालंच पाहिजे' अशी त्यांची यशासंबंधी धारणा असते. म्हणूनच यशप्राप्ती या अंतिम ध्येयाप्रति जे मार्गक्रमण करावं लागतं, त्यात अडथळे यायला लागले की ते अस्वस्थ व्हायला लागतात. अडथळे पार करता न येणं हे त्यांच्यासाठी अपयशाचं प्रतीक ठरतं. अपयश 'मी सहन करूच शकत नाही' असं स्वतःला त्यांनी मूक वाणीतून पटवून दिलेलं असतं. म्हणूनच अतिशय अस्वस्थ आणि बेचैन झाल्यामुळे त्यांचं कामात लक्ष लागत नाही.

साहजिकच त्यांच्या प्रयत्नांमध्ये खंड पडतो आणि कार्यपूर्ती हे इष्ट ध्येय साध्य करण्याच्या इराद्यापासून ते कळत नकळत परावृत्त होतात. त्यांच्यातील ही प्रवृत्ती 'विध्वंसक' आहे असंच यावरून म्हणता येईल.

याउलट चिकाटी ठेवून प्रयत्न करणाऱ्यांची प्रवृत्ती 'विधायक' (constructive) असल्याचं दिसून येईल. अपयशामुळे त्यांनी आपल्या ध्येयाकडे पाठ फिरवली आहे असं सहसा त्यांच्या बाबतीत होत नाही. त्यांच्या या निर्धाराचं नेहमी कौतुक होत असतं. त्यांच्यातली चिकाटी पाहून इतरांकडून यथाशक्ती मदतही मिळत असते. ती कशी हे एका दंतकथेवरून स्पष्ट होईल. एका गावात एक धनवान कुटुंब राहात होतं; पण कुटुंबप्रमुखाने सगळ्यांना बजावलं होतं की जो कोणी भिक्षा किंवा दान मागायला येईल त्याला काहीही द्यायचं नाही. तरीही एक संन्यासी दररोज त्यांच्याकडे येऊन भिक्षा मागत असे; पण धनवान कुटुंबप्रमुखाची आज्ञा कोणीच मोडू शकत नव्हतं. त्यामुळे संन्याशाला रिकाम्या हाताने परत जावं लागे. त्याच्या पत्नीला ज्या एका गोष्टीचं दुःख वाटायचं ते हे की, तिच्या पतीची आज्ञा ती मोडू शकत नसल्याने भिक्षा देऊ शकत नव्हती. तरीही संन्यासी यायचा, त्यांच्या घरासमोर उभा राहायचा, 'काही भिक्षा मिळेल का?' असं विचारायचा आणि निघून जायचा. त्याला काही मिळत नव्हतं आणि कोणीही त्याच्याशी बोलत नव्हतं. तरी शांतपणे त्याचं येणं, भिक्षा मागणं आणि निघून जाणं हा नित्याचा परिपाठ चालूच होता. त्याची संयम राखण्याची वृत्ती आणि विनयशीलता पाहून एक दिवस धनवान माणसाच्या पत्नीने त्याच्याशी बोलायचं ठरवलं. ती त्याला म्हणाली, ''माझ्या पतीने मी तुम्हाला कोणत्याही प्रकारची भिक्षा देऊ नये, असं बजावून ठेवल्यामुळे मी तुम्हाला भिक्षा देऊ शकत नाही. तरीही मी तुम्हाला भिक्षा देण्याचा प्रयत्न केलाच तर ते मला रागावतील आणि कदाचित आम्हा दोघांमध्ये त्यामुळे वितुष्ट येईल. म्हणून माझा नाइलाज आहे.'' यावर संन्यासी म्हणाला, ''माई, मला तुम्ही भिक्षा दिल्यामुळे जर तुम्हा पती-पत्नीमध्ये कलह उद्भवणार असेल तर मी स्वतःला माफ करू शकणार नाही.'' नंतर क्षणभरही तिथे न थांबता तो पुढे निघून गेला. योगायोग असा की, थोडं पुढे चालल्यावर ते गृहस्थच त्याला समोरून येताना दिसले. संन्याशाला पाहताच गृहस्थाने विचारलं, ''कुठून येत आहात संन्यासीबुवा?'' संन्यासी म्हणाला, ''आपल्याच घरून महाराज.'' मग, ''काही मिळालं का'', असं गृहस्थाने विचारताच, ''हो आज थोडंसं मिळालं'' असं उत्तर संन्याशाने दिलं. धनवान गृहस्थाला हे उत्तर अपेक्षित नसल्याने तो लगेच घरी गेला आणि पत्नीने त्याला काय दिलं हे तिला विचारलं. ''आपली अनुमती घेतल्याशिवाय मी संन्याशाला काही भिक्षा देणं कसं शक्य आहे?'' असं पत्नी त्याला

म्हणाली. मग संन्यासी खोटं का बोलला हे जाणून घेण्यासाठी त्याने संन्याशाला गाठलं आणि 'त्याला थोडंबहुत काहीतरी मिळालं' असं तो का म्हणाला याचा खुलासा मागितला. संन्यासी नम्रपणे म्हणाला की, 'गेले सहा महिने तुमच्याकडलं कोणीच माझ्याशी बोललं नव्हतं. पण आज आपल्या पत्नी मला म्हणाल्या की त्या भिक्षा देऊ शकत नाहीत. हे ऐकल्यावर लगेच तिथून निघालो आणि इथे आपण भेटलात.' पण पुढे धनवान गृहस्थाला तो म्हणाला की, 'आजचा नकार उद्या होकारात परिवर्तित होऊ शकेल याची मला खात्री वाटते.' संन्याशातील हा धीरगंभीरपणा आणि दुर्दम्य आशावाद पाहून धनवान गृहस्थ भारावून गेला. यापुढे तो जेव्हा भिक्षेची याचना करेल तेव्हा त्याला उचित दान द्यायचं त्याने ठरवलं. त्या गृहस्थामध्ये संन्याशाच्या चिकाटीमुळेच हे परिवर्तन घडून आलं.

चिकाटी न सोडता काम करणाऱ्यांमध्ये आढळून येणारं मूलभूत वैशिष्ट्य म्हणजे हे लोक धीर आणि संयम कायम राखून प्रतिकूल परिस्थितीचा सामना करतात आणि ध्येयप्राप्तीच्या दिशेने त्यांची वाटचाल अबाधित राखतात. शिवाय जे कार्य त्यांनी स्वीकारलेलं असतं किंवा त्यांच्यावर सोपवण्यात आलेलं असतं ते कुशलतापूर्वक पार पाडण्यावरच त्यांचा भर असतो. औद्योगिक संघटनांमध्ये अशा कर्मचाऱ्यांची आवश्यकता असते; पण अशा प्रवृत्तीच्या लोकांचा शोध कसा घ्यायचा, हा प्रश्न कार्यसंघटनांमधील व्यवस्थापनाला भेडसावत असतो. एका उद्योगपतीने यासाठी एका अभिनव पद्धतीचा वापर केला. त्याच्याकडे एकदा एक सुशिक्षित तरुण काम मागायला आला. गरीब घराण्यातील या तरुणाने मोठ्या कष्टाने बी.ए. पर्यंतचं शिक्षण पूर्ण करून नोकरी शोधायला सुरुवात केली. म्हणून तो या उद्योगपतीकडे नोकरी मिळेल का, याची विचारणा करण्यासाठी आला. नोकरी किंवा कामाची त्याला अत्यंत निकड आहे, असं उद्योगपतीला तो म्हणाला. "सध्या पूर्णकालीन नोकरी तर मी देऊ शकणार नाही, पण एखादं काम मात्र मी तुला देऊ शकेन." असं उद्योगपतीने त्याला सांगितलं. 'तुम्ही द्याल ते काम मला चालेल' असं तरुणाने म्हणताच उद्योगपतीने त्याच्या घरी लावलेल्या बागेत त्याला नेलं. बागेतल्या एका कोपऱ्यात दगडांचा मोठा ढीग होता. त्या ढिगाकडे बोट दाखवून 'बाजूच्या कोपऱ्यात ते नेऊन ठेव,' असं उद्योगपतीने सांगितलं. तरुणाने ते दगड सांगितलेल्या कोपऱ्यात अतिशय छान रचून ठेवले. काम पूर्ण झाल्यावर त्याने उद्योगपतीला तशी माहिती दिली. उद्योपतीने उचित आर्थिक मोबदला तरुणाला दिला आणि आणखी काम हवं असल्यास दुसऱ्या दिवशी यायला सांगितले. तरुण दुसऱ्या दिवशी कामावर आला तेव्हा कालचेच दगड जिथून हलविले होते तिथेच पुन्हा रचून ठेवावे असं त्याला सांगण्यात आलं. तिसऱ्या दिवशी

तेच दगड एका तिसऱ्या कोपऱ्यात रचून ठेवण्यासाठी त्याला सांगितलं. हा प्रकार आठवडाभर सुरू होता. प्रत्येक वेळी कामाचा मोबदला त्याला देऊन नंतरच्या दिवशी येण्यास सांगितलं जात असे. मात्र कामाचं स्वरूप म्हणजे एका कोपऱ्यातून दुसऱ्या कोपऱ्यात दगड नेऊन ठेवणे आणि दुसऱ्यातून तिसऱ्या कोपऱ्यात नेणे आणि नंतर पुन्हा कोणत्या तरी एका कोपऱ्यात नेणे, असं होतं. साहजिकच कामाचं हे विचित्र स्वरूप पाहून तो तरुण आश्चर्यचकित झाला. कोणीही तेच दगड इकडून तिकडे नेऊन रचून ठेवण्याच्या प्रकारामुळे असल्या कामाच्या स्वरूपाबाबत नाखुष होणं स्वाभाविक होतं; पण हे काम स्वीकारलेल्या तरुणाच्या बाबतीत तो असंतुष्ट असल्याचं त्याच्या वागण्यातून कधीच जाणवलं नाही. उलट तो अगदी मन लावून पुनः पुन्हा तेच दगड अतिशय उत्तम रीतीने रचून ठेवत असे. शिवाय मोबदल्याबद्दल तो काहीच वाच्यता करत नसे. एक आठवडा पूर्ण झाल्यावर नेहमीप्रमाणे तो कामावर आला. मात्र आज, म्हणजे नवीन आठवड्याच्या पहिल्या दिवशी, तो उद्योगपती तरुणाजवळ आला आणि त्याची पाठ थोपटून म्हणाला, ''तुझ्या धीराची आणि संयमाची जी कसोटी मी घेतली त्या कसोटीस तू पूर्णपणे उतरला आहेस. आपल्यावर सोपवलेलं काम धैर्य आणि चिकाटी ठेवून कुशलतापूर्वक पार पाडणाऱ्या तरुणाच्या शोधात मी होतो. कारण मला व्यवस्थापक या पदावर उचित व्यक्तीची नियुक्ती करायची होती. म्हणून उद्यापासून आमच्या कारखान्यात तुझी मॅनेजर या पदावर मी नियुक्ती करतो आहे.''

आपल्या प्रयत्नांमध्ये अडथळ्यांमुळे खंड न पडू देता ध्येयाप्रति वाटचाल सुरू ठेवावी, असं बॅरबारा टेलर ब्रॅडफोर्ड या प्रथितयश पाश्चिमात्य लेखिकेनेदेखील म्हटलं आहे. या लेखिकेची 'अ वुमन ऑफ सबस्टन्स' ही कादंबरी अतिशय लोकप्रिय ठरली. म्हणून या पुस्तकाच्या लाखो प्रती खपल्या; पण या कादंबरीच्या आधी ज्या चार कादंबऱ्या तिने लिहिल्या होत्या त्या मात्र प्रकाशकांनी छापण्याच्या लायकीच्या नाहीत, असा अभिप्राय देऊन नाकारल्या होत्या. तरीही तिने जिद्द आणि चिकाटी ठेवून पाचवी, जिचा उल्लेख वर केला गेला आहे, कादंबरी लिहून प्रकाशकाला सादर केली होती. म्हणूनच चिकाटी महत्त्वाची असल्याचं तिने आवर्जून म्हटलं आहे.

'चिकाटी सोडू नका' हे सांगताना बॅरबारा टेलर ब्रॅडफोर्डने जो मंत्र दिला आहे तो असा : (१) कोणतंही यश आपोआप आपल्यासमोर येऊन ठाकत नसतं. त्याआधी अपयश आणि नैराश्यजनक घटनांची जी एक सरबत्ती चालू असते तिचा सामना करावा लागतो. हे जर जीवनाचं वास्तव असेल तर अपयशाला संकट न मानता यशप्राप्तीच्या मार्गावरील ती पहिली पायरी असते हे नेहमी ध्यानात ठेवावं. म्हणूनच ज्या चुकांमुळे किंवा उणिवांमुळे अपयश पदरी पडलं त्या पुन्हा घडू नयेत अशा रीतीने

प्रयत्नांमध्ये सुधारणा घडवून आणावी. (२) जीवन जगणं हे अगदी सोपं आणि सरळ असतं असा समज करून घेऊ नये. मात्र, सर्व आव्हानांना आपल्याला पुरून उरायचं आहे असा निर्धार करावा. (३) प्रयत्न केला तर अपयशातून यशाचा मार्ग सापडल्याशिवाय राहणार नाही, अशी दृढ आशा बाळगावी. म्हणूनच अपयश किंवा निराशाजनक अनुभव घेताना 'माझ्याचवर अशी पाळी का यावी?' असं म्हणून स्वतःला दूषण देत बसू नये. (४) अगदी अल्प प्रमाणात जरी यश संपादन केलं तरी त्याबद्दल स्वतःला शाबासकी देऊन पुरस्कृत करावं. यामुळे आत्मविश्वास वाढतो. (५) ज्यात आपण चुकलो किंवा जे यशस्वीपणे पूर्ण करू शकलो नाही, त्याचाच विचार करून दुःखी कष्टी होऊ नये.

आपल्या प्रयत्नांमध्ये अडथळ्यांमुळे खंड पडू न देता ध्येयाप्रति वाटचाल करणाऱ्यांना त्यांच्या विधायक प्रवृत्तीमुळे प्रसंगी इतरांकडून मदत मिळते आणि तशी ती मिळणं हे बरेचदा गरजेचंही असतं. कमीत-कमी इतरांकडून योग्य तो दिलासा आणि प्रोत्साहन योग्य वेळी मिळालं तर अपेक्षित यश त्यांच्या पदरी पडू शकतं. स्टीफन किंग या कादंबरीकाराच्या बाबतीत असंच काहीसं घडलं. तो आधी औद्योगिक कार्य संघटनेत काम करत होता; पण त्याला लिखाणाची आवड होती. आपण एक चांगला लेखक व्हावं अशी त्याच्या मनात तीव्र इच्छा होती. फावल्या वेळात आणि सुट्टीच्या दिवशी तो लिखाण करत असे. त्याची पहिली कादंबरी प्रकाशकाने न छापताच त्याला परत केली. मात्र, 'प्रयत्न चालू ठेवल्यास तू चांगलं लिखाण करू शकशील' असा अभिप्राय त्याने दिला. नंतर दीड वर्षांनी स्टीफनने दोन कादंबऱ्या लिहून पूर्ण केल्या आणि प्रकाशकाकडे हस्तलिखितं सादर केली. ती दोन्ही हस्तलिखितं प्रकाशकाला पसंत न पडल्याने त्याने स्टीफनकडे परत पाठविली. अगदी जीव लावून प्रयत्न करूनही अपयशी ठरल्याने तो हताश झाला. दुःखातिशयाने त्याने एक दिवस रात्री त्याच्या चौथ्या कादंबरीचं हस्तलिखित केराच्या टोपलीत भिरकावून दिलं. दुसऱ्या दिवशी त्याच्या बायकोच्या लक्षात हा प्रकार आला. तिने हस्तलिखित केराच्या टोपलीतून बाहेर काढलं आणि सर्व कागदपत्रं नीट जमवून ती स्टीफनच्या स्वाधीन केली. 'एरवी सहजासहजी धीर आणि संयम न सोडणारा तू असा एकाएकी नाउमेद का झालास?' असं तिने त्याला विचारलं. कादंबरी पूर्ण होत आली असल्याने लिखाण अर्धवट टाकून 'ध्येयाकडे पाठ फिरवून हतबल होऊन बसण्यापेक्षा लिखाण पूर्ण करून प्रकाशकाला नेऊन दे', असं तिने त्याला सुचवलं. तिचं म्हणणं मान्य करून स्टीफनने कादंबरी पूर्ण केली. आणि हस्तलिखित प्रकाशकाच्या हवाली केलं. पूर्वीच्या कादंबऱ्यांप्रमाणे याही कादंबरीची वाट लागणार, असं त्याला वाटत होतं;

पण यावर जास्त विचार करायचा नाही असं त्याने ठरवलं. पुढे काही दिवसांनी त्याची कादंबरी प्रकाशित करण्याचा निर्णय घेतल्याचं प्रकाशकाने त्याला कळवलं. पत्रासोबत २५०० डॉलर्सचा एक धनादेशदेखील मोबदल्याचा अॅडव्हान्स म्हणून पाठवून दिला. हीच कादंबरी पुढे 'Carie' (कॅरी) या नावाने एक दर्जेदार साहित्यिक कलाकृती म्हणून सर्वत्र प्रशंसिली गेली. एवढंच नव्हे, तर १९७६ मध्ये या कादंबरीवर आधारित एक चित्रपट बनविण्यात आला आणि तोही मूळ कादंबरीप्रमाणे अतिशय गाजला.

खरोखर, हाती घेतलेल्या कार्यात यशस्वी व्हायचं असेल तर चिकाटी सोडू नका. म्हणूनच वर्तन प्रभावी बनवण्याचा संकल्प जर हाती घ्यायचा असेल तर चिकाटी न सोडता योग्य दिशेने प्रयत्न करा, अपेक्षित परिणाम अगदी हमखास साधता येईल.

१०

निर्भीडपणे वागायला शिका

'धोब्याकडून कपडे वेळेवर प्रेस करवून का आणले नाही?' असं एका सुविद्य पत्नीला तिचा पती सगळ्यांसमोर दरडावून विचारतो. अर्थात कपडे वेळेवर का आणता आले नाहीत हे जाणून न घेता सर्वांदेखत त्याने तिची अशी 'हाजिरी' घेतल्यामुळे ती अतिशय दुःखी होते. यापुढे 'त्याने असं वागू नये' असं स्पष्ट शब्दात ती त्याला सांगायचं ठरवते. पण असं त्याला आपण म्हटलं तर, 'मला शहाणपणा शिकवण्यापेक्षा तू आधी आपलं वागणं सुधर' असा पलटवार करून तो आपल्यावर चिडेल या विचाराने ती स्तब्ध होते. म्हणून पुढील कलह टाळण्यासाठी असं न बोलणंच बरं असं ती ठरवते आणि चूप राहून तिच्यावर 'झालेला आघात सहन करणं' हा पर्याय निवडते.

जेव्हा चारचौघांसमोर पती पत्नीला काही विचारतो, तेव्हा सौजन्यानेच ही विचारपूस त्याने करायला हवी. अन्यथा, वर उल्लेखिलेल्या पत्नीची जी अवस्था झाली ती कोणत्याही पत्नीच्या बाबतीत झाल्यावाचून राहणार नाही. सौजन्यशीलतेच्या अभावामुळे जी चूक पतीने केली ती त्याच्या निदर्शनास आणून त्या चुकीची पुनरावृत्ती त्याने करू नये, असं त्याला सांगावसं वाटूनही पुढल्या परिणामांच्या भीतीमुळे बऱ्याच विवाहित महिला आपली व्यथा मनातच ठेवतात. वर उल्लेखिलेल्या प्रसंगातील स्त्रीच्या बाबतीत तेच घडलं आहे. एखाद्या प्रसंगाबाबत किंवा त्या प्रसंगातील एखाद्याच्या वर्तनाबाबत आपल्याला काय वाटतं हे व्यक्त करण्याचा अधिकार प्रत्येकाला असूनही ही स्त्री तिची व्यथा व्यक्त न करणंच पसंत करते. अशा प्रवृत्तीलाच 'भिडस्तपणा' किंवा 'संकोच' असं म्हणतात. या भिडस्तपणामुळेच बरेचजण इतरांना फारसं प्रभावित करू शकत नाहीत.

भिडस्तपणामुळे आपल्या भावना किंवा विचार काहीजण, त्यांना अभिव्यक्तीचं स्वातंत्र्य असूनही मनातच ठेवतात आणि बरेचदा त्यांना अपमानास्पद वागणूक दिली

जात असली तरी ती निमूटपणे सहन करतात. त्यांच्या सहवासातल्या लोकांच्या जेव्हा हे लक्षात येतं तेव्हा त्यांची (म्हणजेच भिडस्तपणे वागणाऱ्यांची) त्यांना कीव करावीशी वाटते. आपलं मन किंवा प्रतिक्रिया व्यक्त करण्याच्या स्वातंत्र्याचा उचित असा आदर राखला जावा, असा आग्रह त्यांनी न धरणं ही त्यांच्या सहवासातील सुज्ञ मंडळींना खटकणारी बाब ठरते. याउलट आपल्या अभिव्यक्ती स्वातंत्र्याची गळचेपी खपवून घेतली जाणार नाही, अशी कणखर भूमिका ज्यांनी अंगीकारली असते त्यांच्या या वृत्तीमुळे ते इतरांना उत्तम प्रकारे प्रभावित करतात.

निःसंकोचपणे वागणारे लोक अगदी अनिर्बंधपणे त्यांच्या भावना आणि विचार व्यक्त करत असतात. त्यांना जे वाटतं ते स्पष्टपणे व्यक्त करण्याच्या वृत्तीमुळे जी गोष्ट त्यांना रुचत नसेल ती जर त्यांना कोणी करायला सांगितली तर, 'माफ करा, ते मला जमणार नाही.' असं ते स्पष्टपणे सांगून टाकतात. परदेशातल्या एका जुन्या काळातील राजाला निर्भीडपणे आपला नकारात्मक अभिप्राय व्यक्त करणाऱ्या नाटककाराचा यथोचित आदर कसा करावा लागला यासंबंधीची एक दंतकथा अतिशय रोचक आहे. या राजाला नाटक लिहिण्याची आवड होती. नाटक लिहून झालं की तो दरबारातल्या सदस्यांना ते वाचून दाखवत असे. लिखाणाची गुणवत्ता नजरेआड करून राजा नाराज होऊ नये म्हणून वाचन संपल्यावर दरबारातले लोक राजाची वरपांगी स्तुती करायचे. यामुळे राजा इतका खुश व्हायचा की, आपण एक अद्वितीय नाटककार आहोत असं त्याला वाटायला लागायचं. मात्र एका तत्कालीन यशस्वी आणि लोकप्रिय नाटककाराला जेव्हा राजाने दरबारात बोलावून स्वतःचं एक नाटक वाचून दाखवलं तेव्हा त्याने निर्भीडपणे नाटकातल्या उणिवा दाखवून एकूण नाट्यकृती अतिशय सुमार असल्याचा अभिप्राय व्यक्त केला. त्यामुळे चिडून राजाने त्याला तुरुंगवासाची शिक्षा फर्मावली. पुढे काही दिवसांनी राजाने आणखी एक नाटक लिहिलं आणि ते तुरुंगात डांबलेल्या नाटककाराला ऐकवण्यासाठी तुरुंगातून दरबारात आणलं. वाचन पूर्ण झाल्यावर नाटककाराने ते सर्वार्थाने निम्न दर्जाचं असल्याचा अभिप्राय दिला. असलं फालतू नाटक ऐकण्याऐवजी तुरुंगातील हालअपेष्टा मी सहन करीन, असंही तो म्हणाला. अतिशय निर्भीडपणे व्यक्त झालेला हा अभिप्राय ऐकून राजाला नाटककाराची महानता प्रकर्षाने जाणवली. नाटककाराच्या तुलनेत आपली पात्रता काय आहे, हेही त्याला कळून चुकलं. नाटककाराचा अवमान करून त्याला तुरुंगात डांबणं ही आपली केवढी चूक होती, याचीही त्याला जाणीव झाली.

निर्भीडपणे वागणं म्हणजे आक्रमक बनणं नव्हे. निर्भीडपणे वागणं म्हणजे आपल्या अभिव्यक्ती स्वातंत्र्याला पूर्ण न्याय देऊन आपलं मत, विचार किंवा भावना

इत्यादींना मनमोकळेपणानं व्यक्त करणं. यामुळे मनावर कुठलंही दडपण राहात नाही. शिवाय स्वआदरभावाची जपणूक झाल्याने मानसिकदृष्ट्या क्षेमकुशलतेची अवस्था व्यक्ती अनुभवते. शिवाय यामुळे इतरांच्या क्षेमकुशलतेवर कुठलीच आच येत नाही. याउलट इतरांशी आक्रमकपणे वागताना त्यांच्यावर हल्ला चढवला जातो. या हल्ल्याचा उद्देश जोरजबरदस्तीने आपण म्हणू तसं त्यांना वागावयास भाग पाडणे हा असतो. पण अशी आक्रमकता इतरांकडून परतवून लावण्याची शक्यता असते. त्यांच्याकडूनही प्रतिहल्ला चढवला जाऊ शकतो. थोडक्यात, बळजबरीने इतरांना आपलं म्हणणं मान्य करायला लावण्याचा वर्तनप्रकार निषिद्धच मानला जातो. म्हणूनच आक्रमकता आणि निर्भीडपणा यांची तुलना होऊच शकत नाही. मात्र, भिडस्तपणा आणि आक्रमकता या दोहोंपेक्षा निर्भीडपणा निश्चितच अधिक श्रेयस्कर आहे.

म्हणूनच भिडस्तपणा घालवून निर्भीडपणे वागण्यासाठी प्रयत्नशील व्हायला हवं. अर्थात यासाठी नेमकं काय करणं जरुरीचं आहे हे जाणून घेणं महत्त्वाचं ठरेल. म्हणून काही सूचना पुढे दिल्या आहेत.

१) अभिव्यक्तीच्या परिणामांची भीती बाळगू नये

आपल्या संपर्कातल्या एखाद्या व्यक्तीचं वागणं जर आपल्याला खटकत असेल व अशा वागण्यामुळे आपला स्वआदरभाव दुखावला गेला असेल तर, तसं त्या व्यक्तीला स्पष्टपणे सांगून अशा वागण्याची पुनरावृत्ती तिच्याकडून होऊ नये, अशी सूचना द्यावी. जेव्हा अशी व्यक्ती आपल्या जवळच्या नात्यातही असते किंवा आपल्याहून वयाने मोठी असते तेव्हा आपण स्पष्टपणे तिच्या वागण्याबाबत बोललो तर 'तिला राग येईल का?' अशी शंका आपल्या मनात येते; पण संभाव्य परिणामांची भीती न बाळगता निर्भीडपणे आपली प्रतिक्रिया व्यक्त व्हायला हवी. या आधी उल्लेखिलेल्या आख्यायिकेतील नाटककाराने निर्भीडपणे राजाने लिहिलेल्या नाटकांचं जे मूल्यांकन केलं ते करताना नंतर काय परिणाम घडू शकेल याची त्याने अजिबात पर्वा केली नाही.

२) अभिव्यक्तीच्या अभावी मनात कोंडमारा होऊ देऊ नये

भिडस्तपणे वागणारी व्यक्ती जरी इतरांच्या अन्यायकारक वागण्याने दुखावली गेली असली, तरी आपली व्यथा व्यक्त न करता मनातच साठवून ठेवते. आपण जर त्याबाबत काही बोललो तर उगीच कलह होईल, या भीतीमुळे ती आपलं मन मारून जगत असते. तिची ही अवस्था इतरांच्या ध्यानात न येऊ शकल्याने त्यांचं फावतं आणि तिला जाचक ठरणारं त्यांचं वागणं चालूच राहतं. मनात होणाऱ्या अशा कोंडमाऱ्यामुळे ती आपलं मानसिक सुख आणि चैन हरवून बसते.

३) कोंडीतून बाहेर पडण्याचा मार्ग शोधावा

भिडस्तपणापायी सतत आपल्या मनाविरुद्ध वागावं लागल्यामुळे जी एक कोंडी निर्माण होते ती जोपर्यंत फुटत नाही तोपर्यंत व्यक्ती अस्वस्थ आणि बेचैन होत असते. दैनंदिन जीवनात अशी अवस्था बरेचदा अनुभवास येते. उदाहरणार्थ, आपल्या सहकाऱ्यांबरोबर किंवा मित्रांबरोबर चहा पिताना एक वेगळीच मजा येत असली तरी चहाचे पैसे द्यायची वेळ आली की, कोणीच आपणहोऊन पुढे येत नाही. पैसे चुकते करण्यात विलंब होणं चांगलं नाही याची जाणीव झाल्यामुळे कोणीतरी एकजण खिशातलं पाकिट काढून टी स्टॉलच्या मालकाला सगळ्यांचं मिळून झालेल्या बिलाचे पैसे देतो. पण त्यानेच नेहमी पैसे देण्याचं सत्र सुरू झालं तर ते त्याला कसं परवडेल? तरीही इतरांना बिल चुकतं करायला सांगण्याचा त्याला संकोच वाटतो. यामुळे त्याच्या मनात निर्माण झालेल्या कोंडीमुळे तो अस्वस्थ बनतो. अशा वेळी आळीपाळीने प्रत्येकाने बिलाचे पैसे चुकते करावे, असा या कोंडीतून बाहेर पडण्याचा मार्ग त्याने संकोच बाजूला सारून सुचवल्यास सर्वांना तो मान्य होईल.

४) 'नाही' म्हणणं आवश्यक असेल तर संकोच करू नये

एखादं उत्तम पण दुर्मीळ पुस्तक आपल्याजवळ आहे हे माहीत असल्यामुळे आपल्या परिचितांपैकी कोणी 'ते मला वाचायला द्याल का?' असं आपल्याला विचारलं तर ते त्याला दिल्यावर सुखरूप आपल्याकडे परत येईल की नाही, याची चिंता आपल्याला वाटते. म्हणून 'नाही' असं त्याला सरळ सांगून टाकावं असं एकदम आपल्या मनात येतं; पण लगेच असा स्पष्ट नकार दिल्यामुळे 'त्याला कसं वाटेल' हा विचार आपल्या मनात येतो. अशा वेळी 'नाही' म्हणणं आवश्यक असूनही तसं त्याला 'सांगावं' की 'सांगू नये' अशी द्विधावस्था आपल्या मनात निर्माण होते. संकोची वृत्तीमुळेच आपली तशी अवस्था होते. अर्थात अशा वृत्तीमुळे ते खास पुस्तक ज्यांनी वाचायला मागितलं त्यांना दिलं जाईल आणि अनेकांच्या हाती पडल्याने त्या पुस्तकाची दुर्दशा होण्याची किंवा ते हरवून जाण्याची शक्यता नाकारता येणार नाही. म्हणूनच हे टाळण्यासाठी 'माफ करा, हे पुस्तक तुम्हाला घरी नेऊन वाचायला देणं मला शक्य होणार नाही.' असं निःसंकोचपणे जो कोणी ते मागायला येईल त्याला सांगून टाकावं. 'नाही' म्हणणं जेव्हा आवश्यक असतं तेव्हा त्याबाबत संकोच बाळगू नये.

५) अपेक्षित प्रतिसाद मिळेपर्यंत पाठपुरावा करावा

चारचौघांसमोर पतीने पत्नीशी अगदी हटकून सौजन्यानेच वागायला हवं; पण पती जर याबाबत चूक करत असेल तर पत्नीने निर्भीडपणे ती त्याच्या निदर्शनास

आणून द्यावी आणि पुढे त्या चुकीची पुनरावृत्ती होणार नसल्याचं आश्वासन मागावं. जोपर्यंत पती असं आश्वासन देत नाही तोपर्यंत पत्नीने तिच्या मागणीचा पाठपुरावा करावा. तिची मागणी रास्त असल्याने अगदी निर्भीडपणे तिने ती पतीला मान्य करायला भाग पाडावं. थोडक्यात, एखाद्या विशिष्ट बाबतीत जोपर्यंत अपेक्षित प्रतिसाद मिळत नाही, तोपर्यंत त्याचा पाठपुरावा करावा.

६) आपला वैयक्तिक अधिकार कोणालाही हिरावून नेण्याची संधी मिळू देऊ नये

एक व्यक्ती म्हणून आपल्याला काही वैयक्तिक अधिकार उपलब्ध असतात. हे अधिकार कोणीही नाकारू शकत नाही, हे मात्र प्रत्येकाने नीट ध्यानात ठेवावं. अशा आपल्याला उपलब्ध असलेल्या काही महत्त्वाच्या वैयक्तिक अधिकारांचा उल्लेख खाली केला आहे.

i) आपल्याला जे काही हवं असेल त्यात वावगं असं काहीच नसल्याचं जेव्हा आपण इतरांना पटवून देऊ शकतो तेव्हा ते मागण्याचा पूर्ण अधिकार आपल्याला असतो.

ii) जे सत्य आहे त्याचं कथन करणं आणि जे योग्य आहे ते अमलात आणणं हा आपला अधिकार आहे.

iii) असं काही घडलं असेल तर- की ज्याच्याशी आपला प्रत्यक्ष किंवा अप्रत्यक्ष संबंध असतो, त्यासंबंधीची माहिती मिळवण्याचा अधिकार आपल्याला आहे.

iv) इतरांना उपलब्ध होणाऱ्या संधी आणि दिली जाणारी वागणूक आपल्यालाही दिली जावी अशी मागणी करण्याचा, म्हणजेच समानतेचा अधिकार आपल्याला आहे.

v) आपल्याशी संबंधित गोष्टींबाबत निर्णय घेतला जाताना आपलंही म्हणणं ऐकून घेतलं जावं असा आग्रह धरणं हा आपला अधिकार आहे.

vi) आपण जीवनात काय करायचं आणि जीवन कसं जगायचं हे ठरवण्याचा अधिकार आपल्याला आहे.

हे विविध अधिकार एक व्यक्ती म्हणून आपल्याला लाभलेले असून याची जाणीव ज्यांच्या संपर्कात आपल्याला वावरावं लागतं, त्यांना करून देणं आणि त्यांनी ते नाकारू नयेत म्हणून सतर्क राहणं हे आपलं कर्तव्य आहे. आपल्या अधिकारांना डावलून कोणी आपल्यावर वर्चस्व गाजवत असेल तर त्याला तशी मनमानी करू देणं हे आपल्या भिडस्तपणाचं लक्षण मानलं जातं. उलट 'माझ्या व्यक्तिगत अधिकारांचा सन्मान राखला जायलाच हवा' असं आग्रही प्रतिपादन संबंधितांना उद्देशून करणं हे निर्भीडपणाचं द्योतक मानलं जातं.

७) आपल्या वैयक्तिक अधिकारांचं अवमूल्यन होऊ देऊ नये

बरेचदा आपल्या वैयक्तिक अधिकारांची ज्यामुळे मानहानी होईल असं कोणीतरी काहीतरी बोलून जातं. अशा वेळी या घटनेचा योग्य तो प्रतिकार आपल्याकडून व्हायला हवा. पण यासाठी आक्रमक होणं टाळावं, उलट आपला वैयक्तिक अधिकार डावलणारी व्यक्ती कशी चुकते आहे हे निर्भीडपणे, म्हणजेच आक्रमक न होता तिच्या लक्षात आणून देणं उचित ठरेल. याआधी एका उदाहरणात म्हटल्याप्रमाणे सर्वांदेखत जर एखादा पती त्याच्या पत्नीच्या आत्मसन्मानावर घाला घालून अरेरावीने तिच्याशी बोलला असेल तर त्याच्या अशा वागण्याचा विरोध करणं हा पत्नीचा अधिकार आहे. तो जतन करण्यात ती संकोची वृत्तीमुळे जर कमी पडली असेल तर तिच्यावर झालेला अन्याय दूर व्हावा म्हणून तिच्या मदतीसाठी पुढे सरसावण्याचा तिच्या भावाला पूर्ण अधिकार असून तो पार पाडताना भिडस्तपणा बाजूला सारावा. अशा वेळी तो तिच्या नवऱ्याला असं म्हणू शकतो की, 'हे बघा, ती खरंच चुकली होती की नव्हती याची शहानिशा न करता तिला दोषी ठरवून अपमानित करणं अन्यायकारक आहे, म्हणूनच हे नीट पडताळून पाहणं जरुरीचं आहे. तिचं चुकलं नाही हे स्पष्ट झालं तर तुम्ही तिला जे बोलतात त्याबद्दल दिलगिरी व्यक्त करून अशा वागण्याची पुनरावृत्ती यापुढे होणार नाही, अशी हमी द्यावी.'

८) आपल्या अभिव्यक्तीत आत्मविश्वासाचा अभाव असता कामा नये

आपल्याला जे वाटतं ते आत्मविश्वासाने इतरांना सांगावं, म्हणूनच विजयी मुद्रेने ऐकणाऱ्याच्या डोळ्यांना आपली नजर भिडवून बोलावं. मात्र 'माझं बोलणं जर तुम्हाला रुचलं नसेल तर क्षमस्व' अशी पडती बाजू घेऊ नये. अशी भाषा वापरली तर इष्ट परिणाम साधता येणार नाही, म्हणूनच निर्भीडपणे केल्या जाणाऱ्या अभिव्यक्तीला आत्मविश्वासाची जोड मिळायला हवी.

११

इतरांशी सुसंवाद कसा साधावा?

नेपोलियन बोनापार्टबद्दल एक आख्यायिका अशी सांगितली जाते की, तो लहान असताना त्याच्या काकांनी आंब्याचा पेटारा आणला होता. आंबे उत्कृष्ट जातीचे असल्याने गोड आणि चविष्ट होते. नेपोलियनच्या दोन लहान बहिणींना आंबे खाण्याचा मोह अनावर झाला. म्हणून काकांची नजर चुकवून त्यांनी ५-६ आंबे गुपचूप फस्त केले. संध्याकाळी काकांनी घरी आल्यावर आंब्याचा पेटारा उघडला. त्यांनी आंबे मोजल्यावर ६ आंबे कमी भरले. त्यांना दोन लहान मुलींचा संशय आला आणि 'आंबे तुम्ही दोघींनीच चोरून खाल्ले.' असा त्यांच्यावर आरोप केला. ते खूप रागीट होते म्हणून त्यांनी चाबूक काढला आणि त्या दोघींना चाबकाचा मार द्यायचा, असं ठरवलं. तेवढ्यात नेपोलियन घरी आला आणि काय चाललं आहे हे त्याच्या लक्षात आलं. क्षणाचाही विलंब न लावता तो काकांना म्हणाला, ''काका, आंबे मी खाल्ले. या दोघींनी नाही.'' काका रागावले आणि म्हणाले, ''असं का?... मग आता हेही खा.'' असं म्हणून त्यांनी नेपोलियनला चाबकाचा मार दिला. नेपोलियनने मुकाट्याने चाबकाचा मार सहन केला. मात्र, दुसऱ्या दिवशी बहिणींना राहवलं नाही व म्हणून सगळा खरा प्रकार त्यांनी काकांच्या कानावर घातला. त्यांनी लगेच नेपोलियनला बोलावून विचारलं, ''तू असं का केलंस? तू अपराध केला नसतानाही मुकाट्याने चाबकाचा मार का खाल्लास?'' नेपोलियन म्हणाला, ''माझ्या बहिणी महिला आहेत व म्हणून त्यांना चाबकाचा मार खावा लागणं मला प्रशस्त वाटलं नाही. शिवाय त्यांचं रक्षण करणं हे माझं कर्तव्य असून स्त्रीदाक्षिण्य म्हणून त्यांचा सन्मानही मीच राखायला हवा, नाही का?''

वयाने लहान असूनही 'स्त्रियांचं रक्षण करणं हे प्रत्येक पुरुषाचं कर्तव्य असतं आणि ते त्याने निभवावं अशी त्याच्याकडून अपेक्षा असते.' असा सारासार विचार लहानशा नेपोलियनने केला आणि तो प्रत्यक्ष कृतीतून अमलातही आणला. इतका

प्रगल्भ विचार एका लहान मुलाने करून तो अमलात आणणं हे कसं शक्य आहे, असा विचार आपल्या मनात येणं अगदी स्वाभाविक आहे. शिवाय एक लहान मुलगा जर इतक्या समजूतदारपणे वागू शकतो तर मोठ्यांमध्ये असा समजूतदारपणा नेहमीच दिसून यायला हवा, असाही विचार मनात डोकावून जातो.

मात्र, पोक्त वयाचे काही लोक अगदी लहान मुलांमध्ये ज्याप्रमाणे राग, भीती किंवा दुःख यांसारख्या भावनांचा उद्रेक झालेला आपण पाहतो त्याप्रमाणेच या भावना अनिर्बंधपणे व्यक्त करताना दिसतात. अशा वेळी त्यांच्या वागण्यातला असा अतिरेक पाहून आपण स्तंभित होतो. याआधी एका आख्यायिकेचा जो उल्लेख याच पुस्तकात करण्यात आला आहे त्यात जुन्या काळातील एका राजाला नाटक लिहिण्याची हौस असल्याचं सांगण्यात आलं आहे. तो दर्जेदार नाटकं लिहू शकत नव्हता, कारण एवढी पात्रता त्याच्यात नव्हती. तरीही तो सत्ताधीश असल्याने दरबारातले लोक त्याचा रोष ओढवून घेण्यापेक्षा त्याच्या 'टुकार' नाट्यकृतींची खोटी तारीफ करत असत. ही तारीफ ऐकायची सवय त्याला जडली होती आणि म्हणूनच तत्कालीन प्रसिद्ध आणि कुशल नाटककाराने त्याच्या नाटकावर केलेली टीका ऐकताच तो एखाद्या लहान मुलाला शोभेल अशा पद्धतीने त्याच्यावर चिडला आणि तुरुंगवासाची शिक्षा त्याने टीकाकाराला फर्मावली. राजाचं हे वर्तन मानसिक प्रगल्भतेचा अभाव दर्शवणारं आणि अशोभनीय असं होतं. या प्रसंगावरून हे सिद्ध होतं की, बरेचदा पोक्त वयाचे लोक विवेक आणि सामंजस्य बाजूला सारून लहान मुलांसारखं आक्रस्ताळेपणे वागू शकतात.

वरील आख्यायिकांमधील प्रसंग सामाजिक व्यवहाराच्या संदर्भात महत्त्वाचे आहेत, कारण त्यातून हे सूचित होतं की, आपल्या बहुविध आणि बहुआयामी व्यक्तिमत्त्वाचा कोणता तरी एक भाग आपण आणि इतर यांच्यात जो सतत सामाजिक व्यवहार घडून येत असतो त्यात क्रियाशील झालेला असतो. अन्यथा कधी आपलं वर्तन बालकाला शोभून दिसावं असं, कधी पालकाशी ज्याची तुलना होऊ शकेल असं, तर कधी वयाने वाढलेल्या व म्हणून प्रौढ अवस्थेत पदार्पण केलेल्या व्यक्तीने जसं समजूतदारपणे वागावं तसं असण्याचं कारण काय असू शकतं?

इथे आवर्जून नमूद करावसं वाटतं की, एरवी आपल्या सामाजिक व्यवहाराचं स्वरूप मुख्यतः संवादात्मक असतं व म्हणून 'आपण इतरांशी कसं बोलतो' आणि 'त्यांच्याकडून आपल्याला प्रतिसाद कसा मिळतो' या गोष्टींना सामाजिक व्यवहारात अतिशय महत्त्व दिलं जातं. अर्थात लोक वेळोवेळी एकमेकांशी कशाप्रकारे संवाद साधत असतात हे प्रत्येक संवादात त्यांच्यापैकी प्रत्येकाच्या व्यक्तिमत्त्वाचा कोणता भाग क्रियाशील झालेला असतो यावर अवलंबून असतं. एवढं मात्र निश्चित की,

आपण आणि इतर यांच्यात जो संवाद घडत असतो तो 'सुसंवाद' असतो की 'विसंवाद' यावर त्यांच्यात आणि आपल्यात किती प्रमाणात 'सौहार्दपूर्ण' आंतरवैयक्तिक संबंध प्रस्थापित होतील, हे अवलंबून असतं.

म्हणूनच आंतरवैयक्तिक संबंधाच्या संदर्भात व्यक्तिमत्त्वाच्या कार्यभागाच्या स्वरूपाची ओळख करून घेणं अतिशय अगत्याचं आहे. डॉ. एरिक बर्न या मानसोपचारतज्ज्ञाने जी एक उपपत्ती याबाबत सादर केली आहे, ती अतिशय लोकप्रिय आहे. त्यांच्या मते, आपल्यापैकी प्रत्येकात एक पालक (parent), प्रौढ (adult) आणि बालक (child) दडलेला असतो. याचा अर्थ ज्या तीन भागांमध्ये आपल्या व्यक्तिमत्त्वाचं विभाजन करता येतं ते म्हणजे- पालक, प्रौढ आणि बालक या तीन 'अहं अवस्था'. (ego states)

'अहं अवस्था' म्हणजे 'विचार करण्याची, भावना व्यक्त करण्याची आणि वागण्याची वैशिष्ट्यपूर्ण पद्धत'. सर्व अवस्थांसाठी ती अर्थातच सारखी नसते, म्हणूनच एखाद्या व्यक्तीत जेव्हा 'बालक' ही अहं अवस्था क्रियाशील झालेली असते तेव्हा तिचं वय कितीही असो, लहान मुलांच्या वागण्यासारखं ती वागताना दिसेल. उलट जेव्हा 'पालक' ही अवस्था एखाद्यात उत्तेजित झालेली असते तेव्हा पालक जसं इतरांशी, विशेषतः लहानांशी, वागतात तसंच हादेखील वागताना दिसतो.

कोणाचं वय कितीही असो, प्रत्येकातच पालक, प्रौढ आणि बालक यापैकी कोणतीही अवस्था एका विशिष्ट क्षणी जागृत होऊ शकते आणि त्याशी निगडित असलेलं वर्तन त्याच्या हातून घडताना दिसतं. म्हणूनच या तीन अवस्थांचं नेमकं स्वरूप कसं असतं आणि कोणकोणती वर्तनवैशिष्ट्यं त्यांच्या क्रियाशील होण्यामुळे अभिव्यक्त होऊ शकतात, हे जाणून घेणं हितावह ठरेल.

पालक (parent ego states)

पालक जसं त्यांच्या मुलांशी वागतात तसं जर कोणी इतरांशी वागताना दिसलं तर त्याच्या व्यक्तिमत्त्वातील 'पालक' ही अहं अवस्था जागृत झाली आहे हे यातून सूचित होतं. अशा वेळी पालक जे शब्दप्रयोग करतात आणि त्यांच्या बोलण्याच्या आणि वागण्याच्या ज्या लकबी आपल्याला परिचित असतात त्या इथेही बऱ्याच प्रमाणात व्यक्त झालेल्या दिसतात. पालक ज्या शब्दांचा प्रयोग सातत्याने करत असतात त्यांची काही ठळक उदाहरणे पुढे दिली आहेत.

हे बरोबर आहे	तू असं करावं	हे छान
हे चूक आहे	तू असं करू नये	हे वाईट

याशिवाय आपल्या कुटुंबातील परंपरा, रूढी, वागण्याच्या रीती आणि कामं

करण्याच्या मान्यताप्राप्त पद्धती इत्यादींचाही पालकांच्या बोलण्यातून आणि वागण्यातून जो उल्लेख होत असल्याचं आपण पाहतो तसाच, ही 'अहं अवस्था' क्रियाशील झालेल्या व्यक्तीच्या वागण्यातूनही तो झालेला दिसतो.

एरवी सर्वसाधारणपणे प्रत्येक कुटुंबात 'पालक' हे एक असं पद समजलं जातं की, ते भूषवणाऱ्या व्यक्तीला कुटुंबप्रमुख म्हणून काही अधिकार प्राप्त झालेले असतात. म्हणूनच घरातल्या प्रत्येकाने काय करावं, कसं करावं आणि किती वेळात ते करावं हे पालक अधिकारवाणीने सांगत असतात. प्रत्येकावर सोपविलेली कर्तव्यं आणि जबाबदारी नीट पार पाडली जाते आहे किंवा नाही यावरही त्यांना देखरेख ठेवावी लागते. 'जो चुकेल त्याच्या ते निदर्शनास आणून देणे' हासुद्धा पालकपदावर आरुढ झालेल्यांच्या अधिकाराचा भाग असतो.

याशिवाय पालकांना मुलांचं संगोपन करावं लागतं. यासाठी प्रत्येकाच्या गरजा आणि त्याला भेडसावणाऱ्या अडचणी आणि समस्यांचं आकलन करून योग्य तो आधार देणं हाही कर्तव्याचाच भाग समजला जातो.

म्हणूनच पालक या अहं अवस्थेचे दोन प्रकार लक्षात घ्यावे लागतात. – 'टीका करणारा' (critical) आणि 'जिव्हाळ्याने संगोपन करणारा' (nurturing) टीका करणाऱ्या पालकाकडून इतरांच्या वागण्यातले दोष किंवा चुका त्यांना दाखवून दिल्या जातात. हे करताना हा पालक एका कठोर परीक्षकासारखा इतरांच्या वर्तनाचं मूल्यमापन करत असतो. याउलट संगोपन करणारा पालक इतरांशी आपुलकीने वागतो. इतरांचं काही चुकलं असेल तरी त्यांना न दुखावता प्रेमळपणे बरोबर काय आहे हे समजावून सांगतो. कोणी चुकला असला तरी त्याचं नुकसान होऊ द्यायचं नाही आणि त्याला तुच्छ लेखून त्याची अवहेलना करायची नाही अशी वृत्ती या पालकात दिसून येते.

थोडक्यात, 'अधिकारवादी पित्यासारखा कठोरपणा' किंवा 'प्रेमळ पित्यासारखा हळुवारपणा' या प्रवृत्ती पालक अवस्थेशी निगडित वर्तनातून व्यक्त होत असतात.

प्रौढ (adult ego states)

जेव्हा परिस्थिती कशी आहे हे जाणून घेऊन त्या परिस्थितीशी सुसंगत ठरेल असं जर कोणी बोललं असेल किंवा वागलं असेल तर विवेक जागृत ठेवून तो बोलला किंवा वागला असं म्हटलं जातं. सारासार विचार केल्यावर घडलेलं वर्तन असं या वागण्याचं वर्णन केलं जातं. त्याच्यातली 'प्रौढ' ही अवस्था क्रियाशील झालेली असल्यामुळे असं वागणं त्याला शक्य झालं, ही या संदर्भातील वस्तुस्थिती आहे.

प्रत्येकातला 'प्रौढ' सारासार विचार करून त्याला वागायला लावतो. अशा वागण्यात भावनांचा उद्रेक झाल्याचं दिसणार नाही. उलट व्यक्ती जे काही बोलते

त्यात तर्कसंगत विचार असतो. म्हणूनच 'काय घडलं आहे' किंवा 'कोण काय बोललं आहे' हे नीट समजून घेतलं जातं आणि नंतरच स्वतःची प्रतिक्रिया व्यक्त केली जाते. असं वागणं 'समंजस' म्हणून ओळखलं जातं.

समंजसपणे वागणारा आधी विचार करतो आणि मगच काय करायचं हे ठरवतो. आवेगाच्या भरात अविवेकी कृत्य किंवा वर्तणूक त्याच्या हातून घडत नाही. आंतरवैयक्तिक संबंध सुदृढ आणि निकोप राखण्यासाठी समंजसपणे वागण्याचा अतिशय चांगला उपयोग होऊ शकतो.

बालक (child ego states)

लहान मुलं एरवी जशी वागतात तसंच जर कोणी वागताना दिसलं तर त्याच्यातला 'बालक' क्रियाशील झालेला आहे, असं या वागण्यातून सूचित होतं. लहान मुलं अगदी मनमोकळेपणाने आपल्या भावना व्यक्त करतात. म्हणूनच जेव्हा त्यांना राग येतो किंवा दुःख होतं तेव्हा या भावना ते लपवून ठेवू शकत नाहीत. शिवाय ती वेगवेगळ्या खेळांमधल्या काल्पनिक विश्वात रमतात आणि कपोलकल्पित कथा वाचणं किंवा ऐकणं त्यांना आवडतं. म्हणूनच त्यांना बरेचदा काही नवीन कल्पना सुचतात आणि त्या मनात येताच ते त्या व्यक्तही करून टाकतात. एवढंच नव्हे, तर लहान मुलं खेळकर असतात आणि यामुळे ती सतत उत्साही आणि क्रियाशील असतात, म्हणूनच खेळणं आणि मजामौज करणं त्यांना आवडतं. ही सर्व वैशिष्ट्यं जेव्हा एखाद्याच्या वागण्यातून कमी-अधिक प्रमाणात व्यक्त होतात, मग तो वयाने मोठा असो की लहान, तेव्हा त्याच्यातला 'बालक' जागृत झाला असल्याचं मानलं जातं.

लहान मुलांच्या बाबतीत जे काही घडतं ते जर त्यांना खटकणारं असेल तर त्यांच्या वागण्यात तर्कसंगत विचाराऐवजी भावनात्मकतेचा प्रादुर्भाव दिसून येतो. हेच त्यांच्या एकूण वागण्याचं मूलभूत स्वरूप मानलं जातं. म्हणूनच प्रसंगानुरूप राग, दुःख, भीती इत्यादी भावनांच्या उत्स्फूर्त अभिव्यक्तीतून त्यांच्या प्रतिक्रिया साकारत असतात. म्हणून उल्लेखनीय हे आहे की, मोठ्या माणसांमध्येसुद्धा त्यांच्यातला बालक जागृत झालेला असताना हे वर्तन बघायला मिळतं. उदाहरणार्थ, एखाद्या कर्मचाऱ्याच्या कार्यमूल्यांकन अहवालात काही दोषांचा उल्लेख असेल तर तो चिडतो आणि हा सारासार अन्याय आहे असं म्हणून आपला रोष व्यक्त करतो. अशा वेळी 'आपलं खरंच काही चुकलं आहे का' किंवा 'आपल्या कार्यपूर्तीत कशाची कमतरता आहे' हे नीट तपासून घेण्याआधीच त्याला भावनात्मक प्रतिक्रिया व्यक्त करण्याची घाई झालेली असते.

'बालक' या अवस्थेचेसुद्धा काही प्रकार आढळून येतात. त्यांचं स्वरूप कसं असतं हे पुढे स्पष्ट केलं आहे.

१) प्राकृतिक बालक (Natural Child) : याला जे बोलावसं वाटतं किंवा करावसं वाटतं ते तो बोलून टाकतो किंवा करून टाकतो-अगदी मोकळेपणाने. याला मजामौज आवडते, हा निसर्गात रमतो, उत्स्फूर्तपणे त्याच्या भावना व्यक्त करतो. नाचतो-बागडतो, गाणं म्हणतो आणि मित्रभाव व्यक्त करतो. बरेचदा हा एकटाच एखाद्या खेळात किंवा कृतीत रमतो.

२) प्रतियोजक बालक (Adaptive Child) : हा बालक तेच करतो जे याने करावं ही इतरांची इच्छा असते. खरं तर कोणतंही मूल स्वभावतः स्वच्छंदी असतं आणि म्हणूनच त्याला जे करावसं वाटतं ते करणं त्याला आवडतं; पण त्याचं पालनपोषण करणाऱ्या वडीलधाऱ्यांना त्याच्याकडून काय अपेक्षित असेल यावर त्याने नेमकं काय करावं किंवा कसं वागावं हे अवलंबून असतं. एकदा हे कळलं की, तसं वागायला मूल शिकतं. उदाहरणार्थ, सकाळचा नाश्ता घरातल्या सगळ्यांनी एकत्र बसून घ्यायचा असं ठरलं असेल तर खाण्याची कितीही घाई झाली तरी मुलांना योग्य वेळेची वाट पाहावीच लागेल. कारण त्या आधी कोणालाच नाश्त्यातला कोणताच पदार्थ मिळणार नाही हे त्यांना सांगण्यात आलेलं असतं. म्हणूनच योग्य वेळ होईपर्यंत वाट पाहणं ते शिकतात. अशी अटींची पूर्तता करायला प्रत्येकातला प्रतियोजक बालक शिकलेला असतो.

३) विद्रोही बालक (Nebellious Child) : या अहं अवस्थेचं मुख्य वैशिष्ट्य म्हणजे आदेश देण्याचा अधिकार असलेल्यांनी (उदा. पालक, शिक्षक किंवा वरिष्ठ अधिकारी) जे काही करायला सांगितलं असेल त्याला खुला किंवा छुपा विरोध करणे. विशेषतः आपल्यालाच नेहमी लक्ष्य बनवून आपल्यातल्या उणिवा दाखवून देण्याचाच नेहमी इतरांकडून प्रयत्न होत असल्याचं एखाद्याच्या लक्षात आलं तर त्याच्यातला 'विद्रोही बालक' जागृत होऊन तो, त्याला जे करायला सांगितलं जातं त्याला विरोध करायला लागतो. उदाहरणार्थ, एखादा कर्मचारी त्याला जे करायला सांगण्यात आलं असतं ते करण्यासाठी आवश्यकतेपेक्षा जास्त वेळ लावतो. कारण आदेश देणाऱ्या वरिष्ठाने आपलं काम चांगलं असूनही आपल्यात उणिवा जास्त आहेत हेच दाखवून देण्याचा चंग बांधला आहे, अशी त्याची खात्री पटलेली असते.

प्रत्येकात पालक, प्रौढ आणि बालक या ज्या तीन अहं अवस्था वेळोवेळी क्रियाशील होऊ शकतात त्यांचं स्वरूप कसं असतं यासंबंधी जो संक्षिप्त आढावा वर सादर करण्यात आला आहे. त्यावरून स्पष्ट होईल की, 'बालक' आणि 'पालक'

सारासार विचार न करता प्रतिक्रिया व्यक्त करतात, तर 'प्रौढ' आधी परिस्थितीचा आढावा घेतो आणि मग काय करायचं हे ठरवतो.

असं असलं तरी सुदृढ व्यक्तिमत्त्व तेच की ज्यात पालक, प्रौढ आणि बालक या तिन्ही अवस्थांना क्रियाशील होऊ देण्यात समतोल साधला जातो. विशेषतः संगोपनकर्ता पालक, वर्तन तर्कशुद्ध बनवणारा प्रौढ आणि प्रांजळपणे आपलं अंतरंग व्यक्त करणारा प्राकृतिक बालक या तिघांनाही यथोचित प्रमाणात क्रियाशील होऊ देणं आवश्यक आहे. अशा समन्वयातूनच सुदृढ व्यक्तिमत्त्व आकाराला येतं.

सामाजिक व्यवहार (Social transactions) : स्वरूप आणि प्रकार

आपल्या सामाजिक जीवनाचं एक मूलभूत वैशिष्ट्य हे की, आपण आणि इतर यांच्यात सतत विविध प्रकारच्या संदेशांची देवाण-घेवाण चालू असते. यालाच 'संवाद' किंवा 'संप्रेषण' असं म्हणतात. 'संदेश' हा शब्द व्यापक अर्थाने वापरला असून विविध प्रकारच्या माहितीची देवाण-घेवाण असं या शब्दाद्वारे निर्देशित केलं जातं. ही माहिती विचार, कल्पना, भावना किंवा कोणती तरी सूचना इत्यादी प्रकारची असू शकते. ही जी देवाण-घेवाण व्यक्ती-व्यक्तींमध्ये चालू असते, तिलाच 'सामाजिक व्यवहार' (Social transaction) असं रोखठोकपणे म्हटलं जातं. बरेचदा 'व्यवहार' या शब्दासाठी समानार्थी शब्द म्हणून 'आंतरक्रिया' हा शब्दप्रयोगही वापरला जातो.

सामाजिक व्यवहाराचं मूलभूत स्वरूप नेमकं कसं असतं हे जाणून घेण्यासाठी एक अगदी सोपं उदाहरण लक्षात घ्यायला हरकत नाही. समजा, दोनजण एकमेकांच्या विरुद्ध दिशेने चालत येत आहेत. चालता चालता जेव्हा ते एकमेकांच्या समोर अगदी जवळ येतात तेव्हा त्यांच्यापैकी एकजण दुसऱ्याला 'हॅलो, कसे आहात?' असं विचारतो. यावर दुसरा उत्तरतो, 'मी एकदम ठीक आहे. आपण कसे आहात?' असा छोटा संवाद यांच्यात एक सरळ आणि सोपा सामाजिक व्यवहार घडून आल्याचं सूचित करतो. ज्याने पहिल्यांदा 'हॅलो, कसे आहात?' असं दुसऱ्याला विचारलं त्याने 'उद्दीपक' (stimulus) प्रस्तुत केला. दुसऱ्याने 'मी एकदम ठीक आहे. तुम्ही कसे आहात?' असं जे उत्तर दिलं त्यालाच 'प्रतिक्रिया' (response) असं म्हटलं जातं. अशा प्रकारे उद्दीपक आणि त्याला मिळालेली प्रतिक्रिया ही दोन्ही मिळून एक 'आंतरक्रिया' किंवा 'व्यवहार' पूर्ण होतो. अशी अनेक आवर्तनं मिळून व्यक्ती-व्यक्तींमधील 'संवाद' घडून येत असतो. सामाजिक व्यवहार असं ज्याला म्हणतात तो हाच.

प्रत्येक सामाजिक व्यवहारात जे लोक गुंतलेले असतात, त्यांच्यापैकी प्रत्येकाच्या व्यक्तिमत्त्वाचा कोणता तरी भाग, मग तो पालक असो, बालक असो की प्रौढ, क्रियाशील झालेला असतो. म्हणून कोणत्याही व्यक्तींमधील सामाजिक व्यवहारात

अंतर्भूत असलेली माहितीची देवाणघेवाण कशी असेल हे त्यांच्यातल्या पालक, बालक आणि प्रौढ यांच्यापैकी कोण यात गुंतलं आहे यावर अवलंबून असतं.

सामाजिक व्यवहारात अंतर्भूत असलेल्या आंतरक्रिया किंवा व्यक्ती-व्यक्तीमधील संप्रेषण म्हणजेच विविध प्रकारच्या माहितीची देवाण-घेवाण किंवा संवाद, आलेखाद्वारे व्यक्त करण्याचा एक प्रघात आहे. वरील उदाहरणात विरुद्ध दिशेने एकमेकांकडे चालत येणारे दोघे जेव्हा जवळ येतात तेव्हा त्यांच्यापैकी एकजण संवाद सुरू करतो. समोरच्याला 'हॅलो, कसे आहात?' हा प्रश्न विचारून त्याच्या क्षेमकुशलतेची विचारपूस करण्याचा उद्देश असतो. याचा अर्थ त्याच्यातल्या 'प्रौढ' या अवस्थेच्या क्रियाशील होण्यामुळे हा प्रश्न विचारला गेला आहे आणि अर्थातच दुसऱ्याच्या 'प्रौढ' या अवस्थेकडे तो संप्रेषित झाला आहे. कारण त्याच्या क्षेमकुशलतेची माहिती त्याने द्यावी हे अपेक्षित आहे. तो म्हणतो, 'मी ठीक आहे. तुम्ही कसे आहात.' ही प्रतिक्रिया त्याच्या 'प्रौढ' अवस्थेकडून मिळाली आहे आणि ती विचारणाऱ्याच्या

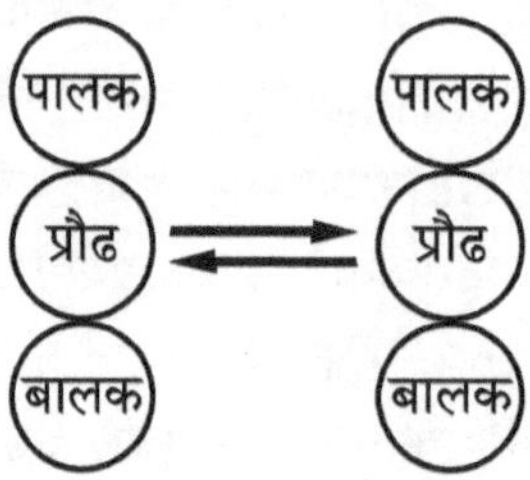

उद्दीपक : हॅलो, कसे आहात? प्रतिक्रिया : मी एकदम ठीक आहे, तुम्ही कसे आहात?

आकृती क्र. १ : दोन व्यक्तींमधील सामाजिक व्यवहार

'प्रौढ' अवस्थेकडे संप्रेषित झाली आहे. बाणांकित रेषांच्या साहाय्याने हे आकृती क्र. १ मधील दोघांच्या 'प्रौढां'मधील झालेला संवाद दर्शविण्यात आला आहे.

पूरक आंतरक्रिया (complementary transactions)

व्यक्ती-व्यक्तीतील सामाजिक व्यवहार निर्देशित करणाऱ्या रेखाटनातील संप्रेषणाची दिशा दर्शविणाऱ्या बाणांकित रेषा जर 'समांतर' असतील, तर आंतरवैयक्तिक संप्रेषणात बाधा निर्माण झालेली नसल्याचं हे प्रतीक मानलं जातं.

जो संप्रेषणाची सुरुवात करतो त्याने स्वीकारकाच्या ज्या अहं अवस्थेकडे संदेश धाडला असेल (म्हणजेच उद्दीपक संप्रेषित केला असेल) त्या अवस्थेकडूनच जर स्वीकारकाची प्रतिक्रिया संप्रेषित झाली असेल तर अशी आंतरक्रिया पूरक म्हटली जाते. वर दिलेल्या उदाहरणात 'प्रौढ' या अवस्थेकडे 'उद्दीपक' प्रेषित झाला असून

'प्रौढ' या अवस्थेतूनच प्रतिक्रिया संप्रेषित झाली आहे (आकृती क्र. १) म्हणूनच दोघांमधला हा संवादात्मक व्यवहार 'पूरक' आहे असं म्हणता येईल. त्या दोघांपैकी एकजण आस्थेने दुसऱ्याच्या क्षेमकुशलतेची चौकशी करतो आणि त्यानेही आपल्या क्षेमकुशलतेची विचारपूस करावी हे त्याला अपेक्षित असतं. दुसऱ्याने अपेक्षित प्रतिसाद देऊन हा संवाद समाधानकारकरीत्या पार पाडला आहे.

'पूरक' आंतरक्रियांची आणखी काही उदाहरणं पुढे दिली आहेत.

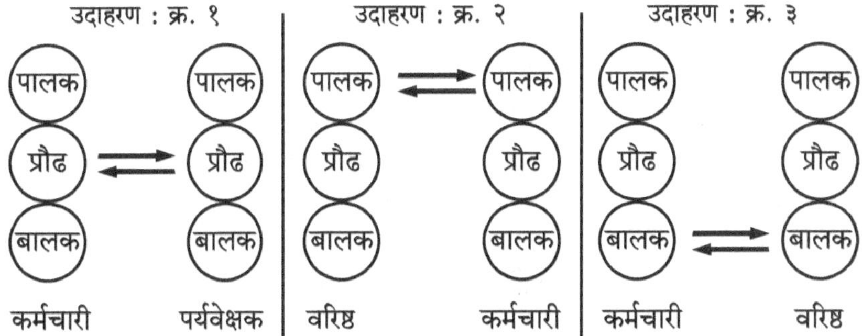

कर्मचारी : किती वाजले आहेत आता?
पर्यवेक्षक : सव्वाचार

वरिष्ठ : आपण ज्येष्ठांचा जेवढा आदर करतो तेवढा आजची तरुण पिढी करताना दिसत नाही.
कर्मचारी : हा बदलत्या काळाचा महिमा आहे, आणखी काय?

कर्मचारी : मस्त नाटक आहे उद्या. माझ्याकडे दोन पासेस आहेत. येणार का?
वरिष्ठ : व्वा!... मला आवडेल. जाऊ या आपण उद्या नाटकाला.

आकृती क्र. २ : पूरक आंतरक्रिया

आकृती क्र.२ मध्ये पूरक आंतरक्रियांची जी उदाहरणं दिली आहेत त्यापैकी पहिलं जे आहे त्यात एक कर्मचारी आपल्या वरिष्ठाला म्हणजे पर्यवेक्षकाला, 'किती वाजले' हे विचारतो आहे. म्हणून पर्यवेक्षकाच्या 'प्रौढा'कडे हा प्रश्न संप्रेषित झाला आहे. अपेक्षा ही आहे की नेमके किती वाजले आहेत ही माहिती कर्मचाऱ्याला पर्यवेक्षकाने द्यावी. पर्यवेक्षकाकडून मिळालेला प्रतिसाद समाधानकारक आहे. कारण प्रश्नाचा चुकीचा अर्थ पर्यवेक्षकाने खोचकपणे लावलेला नाही. म्हणूनच 'जायची घाई झालेली दिसते. अजून खूप वेळ आहे.' असे प्रश्न विचारण्याऐवजी 'काम करा आपलं' अशी प्रतिक्रिया पर्यवेक्षकाने दिली नाही. नंबर दोनच्या उदाहरणात वरिष्ठातला 'पालक'

आजकालच्या तरुण पिढीचं वागणं बरोबर नाही अशी तक्रार करतो आहे आणि यावर कर्मचाऱ्यातल्या 'पालका' कडून शिक्कामोर्तब झालं आहे. नंबर तीनच्या उदाहरणात कर्मचारी नाटकाला जाण्याच्या मूडमध्ये असल्याने मजेत आहे. शिवाय त्याच्याजवळ दोघांना प्रवेश मिळेल असा पासही आहे. म्हणून त्याच्यातला 'बालक' त्याच्या वरिष्ठातल्या 'बालका'ला आपल्या आनंदात सहभागी करून घ्यायच्या प्रयत्नात आहे. त्याला अपेक्षित प्रतिसाद वरिष्ठाकडून मिळतो आणि 'जाऊया आपण नाटकाला' अशी सहमती त्याच्यातला 'बालक' दर्शवितो.

छेदक आंतरक्रिया (Crossed transactions)

एक कर्मचारी त्याच्या पर्यवेक्षकाला 'किती वाजले आता?' हा प्रश्न विचारतो आणि त्याला उत्तर मिळतं 'सव्वाचार झाले आहेत.' या संवादाचा उल्लेख 'पूरक' असा आकृती क्र. २ मध्ये केला गेला आहे. पर्यवेक्षकाचा प्रतिसाद समाधानकारक आहे असंही आपण म्हटलं होतं. कारण पर्यवेक्षकाच्या 'प्रौढा'ने उत्तर दिलं आणि त्यामुळे कर्मचाऱ्याला हवी असलेली माहिती मिळाली; पण याच पर्यवेक्षकातील 'पालक' 'असे प्रश्न विचारण्यापेक्षा आपलं काम करा' असं म्हणू शकतो. अर्थात पर्यवेक्षकातल्या पालकाकडून हा संदेश कर्मचाऱ्यातल्या 'बालका'कडे संप्रेषित होईल. उद्देश हाच की, कामाची वेळ संपायला अजून अवकाश असल्यामुळे घरी जाण्याची घाई कशाला करायची? काम नीट व्हावं म्हणून अशा गोष्टींकडे लक्ष न दिलेलंच बरं. अशी भाषा पालकच आपल्या मुलांशी बोलताना वापरू शकतात. आकृती क्र. ३ मध्ये कर्मचारी आणि पर्यवेक्षक यांच्यातल्या या संवादाचं रेखाटन केलेलं असून उद्दीपक आणि प्रतिक्रिया यांची दिशा दर्शविणाऱ्या बाणांकित रेषा छेदून गेलेल्या आहेत हे दिसेल.

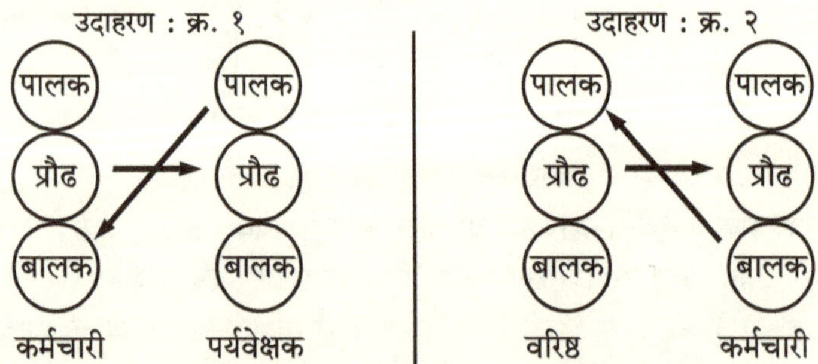

कर्मचारी : किती वाजलेत आता?
पर्यवेक्षक : असे प्रश्न विचारण्यापेक्षा काम करा आपलं.

वरिष्ठ : डिक्शनरी कुठे आहे?
कर्मचारी : मला काय माहीत? मी तर कधी हातही लावला नाही त्या वस्तूला.

आकृती क्र. ३ : छेदक आंतरक्रिया

पर्यवेक्षकाने कर्मचाऱ्याच्या प्रश्नाचा अर्थ नीट लावला नाही. 'काम संपायला म्हणजेच सुट्टी व्हायला अजून किती वेळ आहे?' हे जाणून घेण्यासाठीच कर्मचाऱ्याने 'आता किती वाजले?' हा प्रश्न विचारला असावा, असा तर्क पर्यवेक्षकाने लावलेला दिसतो. 'असं विचारणं चुकीचं आहे' हे पर्यवेक्षक त्याला अधिकारवाणीने सांगतो आहे; पण कर्मचाऱ्याचा उद्देश वेळेसंबंधी माहिती घेणे हाच होता. म्हणून पर्यवेक्षकाकडून मिळालेला प्रतिसाद अनपेक्षित आणि पीडादायक आहे. त्यांच्यातला संवाद तिथेच संपतो आणि कर्मचारी दुखावला जातो. छेदक आंतरक्रियांचं हे मूलभूत वैशिष्ट्य आहे. आकृती क्र. ३ मध्ये दुसरी आंतरक्रिया वरिष्ठ आणि कर्मचाऱ्यांमधील असून 'डिक्शनरी कुठे आहे?' असं वरिष्ठामधील 'प्रौढ' कर्मचाऱ्यातील 'प्रौढा'ला विचारतो; पण कर्मचाऱ्यातला 'बालक' काहीसं चिडून म्हणतो की 'त्याला माहीत नाही, कारण तो ती वस्तूच वापरत नाही.' म्हणूनच 'मला दोष देऊ नका आणि मी का नाही सांगू शकत, हे समजून घ्या' असं त्याला सुचवायचं असावं. म्हणून त्याची ही प्रतिक्रिया वरिष्ठातल्या 'पालका'कडे संप्रेषित झालेली आहे. खरं तर कर्मचाऱ्याने असं म्हणायला हवं होतं की, जरी मला डिक्शनरी कुठे ठेवली जाते याची कल्पना नसली तरी मी तुम्हाला ती शोधण्यात मदत करतो. पण असा प्रतिसाद न मिळाल्याने त्या दोघांमधला संवाद बंद पडतो.

एकंदरीत, आपण आणि इतर यांच्यात जो संप्रेषणात्मक व्यवहार चालू असतो तो जाणून घेणं म्हणजेच कोणत्याही विशिष्ट व्यवहारात आपल्यातला पालक, प्रौढ किंवा बालक यांच्यापैकी त्यात कोण गुंतलं आहे आणि ज्याच्या समवेत हा व्यवहार घडतो आहे त्याच्यातल्या पालक, प्रौढ किंवा बालक यांच्यापैकी कोण गुंतलं आहे हे नीट लक्षात घेणं. यामुळे आपण समोरच्यातल्या 'प्रौढा'शी संवाद साधायचा प्रयत्न केला असतानाही त्याच्यातल्या 'बालका'कडून किंवा 'पालका'कडून प्रतिसाद आलेला आहे का? हे आपण लक्षात घेऊ शकतो. त्याच्यातल्या 'प्रौढा'कडून प्रतिसाद आला तर संवाद चालू राहण्यास ते लाभदायक ठरतं. मात्र, प्रतिसाद 'पालक' किंवा 'बालक' यांच्यापैकी कोणाकडून आला असेल तर संवाद लगेच बंद पडू शकतो. तो सुरळीत होण्यासाठी आपण आपल्यात योग्य तो बदल घडवून आणू शकतो. कारण 'आपण काय बोललो होतो आणि त्याचा समोरच्यावर काय परिणाम झाला' याचं विश्लेषण करण्यात आपल्यातला 'प्रौढ' आपली मदत करतो. यामुळे संवाद सुरळीत चालू राहावा म्हणून पुढे 'काय' बोलायचं आणि 'कसं' बोलायचं आणि आपल्यातल्या 'कोणी' बोलायचं हे आपण ठरवू शकतो. इतरांशी 'सुसंवाद कसा साधावा' या उद्देशाच्या प्राप्तीसाठी असं विश्लेषण आणि योग्य प्रयत्नांची सुरुवात होणं आवश्यक असतं. यासाठी प्राप्त परिस्थितीचा आढावा घेणं विश्लेषणातूनच शक्य असतं.

सुसंवाद साधण्यासाठी काय करावं?

याआधी म्हटल्याप्रमाणे 'आपण इतरांशी कसं बोलतो' आणि 'त्यांच्याकडून आपल्याला प्रतिसाद कसा मिळतो' या गोष्टींना सामाजिक व्यवहारात अतिशय महत्त्व दिलं जातं. कारण आपल्या सामाजिक व्यवहाराचं स्वरूप संवादात्मक असतं. इतरांशी मैत्रीपूर्ण संबंध प्रस्थापित होण्यासाठी त्यांच्याशी जो संवाद आपण साधत असतो तो सुसंवाद असणं आवश्यक असतं.

ज्यांच्याशी आपण संवाद साधणार असतो ते कोणत्या सामाजिक संदर्भात आपल्या संपर्कात आलेले असतात इथून सुरुवात व्हायला हवी. प्रसंग कोणता आहे किंवा काय घडलं आहे हे लक्षात घेऊनच संबंधित व्यक्तीशी कसं बोलायचं हे ठरवायला हवं. काही घटना किंवा प्रसंगांची उदाहरणं घेऊन 'काय बोलावं' आणि 'कसं बोलावं' हे आपण आता जाणून घेऊ.

१) समजा, तुम्ही एका कार्य संघटनेत काम करत आहात. त्यात कार्यरत असलेल्या कर्मचाऱ्यांच्या पदोन्नतीविषयक (Promotion) धोरणानुसार जो रीती-रिवाज निश्चित करण्यात आला आहे त्यात सांगितलेल्या पद्धतीचा अवलंब करून, पदोन्नती कोणाला द्यायची आणि कोणाला नाही हे ठरवलं जातं. तुमच्या एका सहकाऱ्याने त्याची उमेदवारी सादर केली होती. पण पदोन्नतीसाठी त्याची निवड झालेली नाही असं त्याला कळवण्यात येतं. त्याच्या पदोन्नतीबाबत हा निर्णय जेव्हा तुमच्या कानावर येईल तेव्हा तुम्ही त्याला काय म्हणाल?- 'वाईट वाटून घेऊ नकोस. जे व्हायचं होतं ते होऊन गेलं. पण सर्व काही संपलं आहे असं समजण्याचं कारण नाही. अजूनही तुला एक संधी मिळणार आहे. तुझ्या प्रयत्नांना फळ येईल आणि पुढल्या वेळी तुझी निवड होईल हे नक्की.' तुमच्यातल्या 'संगोपन करणाऱ्या' (nurturing parent) पालकाकडून अशा प्रकारे सांत्वन केलं गेलं तर तुमच्या सहकाऱ्याला बरं वाटेल. मात्र, पदोन्नती मिळण्यासाठी आवश्यक असलेली पात्रता त्याच्यात बऱ्याच प्रमाणात आहे हे जर तुम्हाला निश्चितपणे जाणवत असेल तर तुमची ही प्रतिक्रिया योग्यच आहे, असं म्हणावं लागेल. त्याला खूप बरं वाटेल आणि तो कदाचित म्हणेल की, 'तू म्हणतोस ते बरोबरच आहे. सगळ्या उणिवा दूर करून मी पुन्हा एकदा उमेदवारी सादर करून अधिक निर्धाराने प्रयत्न करेन.' त्याने असं म्हणणं म्हणजे त्याच्यातल्या 'बालका'ने (adaptive child) तुमच्यातल्या 'संगोपन करणाऱ्या' पालकाला प्रतिसाद देणं. म्हणून दोघांमधला संवाद पूरक ठरेल आणि 'सुसंवाद' असंच त्याचं वर्णन करावं लागेल. त्यांच्यातील परस्परसंबंध जिव्हाळ्याचे आणि मैत्रीपूर्ण बनण्यासाठी असाच संवाद त्यांच्यात घडून येणं जरुरीचं असतं.

२) हा प्रसंग घरगुती जीवनातला आहे. वेळ सकाळची असून पती ऑफिसला जाण्याच्या तयारीत आहे. तो मोजे शोधतो आहे; पण ते त्याला सापडत नाहीत. म्हणून तो पत्नीला विचारतो, 'माझे मोजे कुठे आहेत?' पत्नी आतल्या खोलीत मुलांचा टिफिन तयार करणं, पाण्याची बाटली दप्तरात ठेवणं, शाळेचा युनिफॉर्म त्यांना चढवून केस विंचरून देणं अशा कामांत गुंतली आहे. अशा धावपळीत असताना पती तिला 'मोजे कुठे ठेवले आहेत' हे विचारतो.

समजा, पत्नीने उत्तरादाखल पतीला असं म्हटलं की, 'मोजे शोधण्यासारखं तुझं काम तू स्वतःच का करत नाहीस?' हे ऐकल्यावर पती तिच्याशी मोज्यांबद्दल पुन्हा काहीच बोलणार नाही. त्यांच्यातला संवाद तिथेच संपेल. कारण पतीने त्याचा प्रश्न पत्नीतल्या 'प्रौढ' या अवस्थेकडे संप्रेषित केला होता. 'मोजे कुठे आहेत' याची त्याला माहिती हवी होती. पण पत्नीतल्या 'पालका'ने हे काम मला करायला लावणं 'बरोबर नाही', असा पतीतल्या 'बालका'कडे संदेश संप्रेषित केला. यामुळे त्यांच्या संप्रेषणात्मक व्यवहारातून 'विसंवाद' घडून आला. तो 'सुसंवाद' ठरण्यासाठी पत्नीकडून वेगळा प्रतिसाद मिळणं आवश्यक होतं. तिने असं उत्तर द्यायला हवं होतं की, 'मोजे बहुधा कपड्यांच्याच कपाटात असतील. तिथेच शोध म्हणजे ते सापडतील. नाही सापडले तर मला तसं सांग. मी लगेच येऊन तुझ्याबरोबर शोधू लागेन' हे उत्तर पत्नीतल्या 'प्रौढा'ने दिलं असून पतीतल्या 'प्रौढा'कडेच ते संप्रेषित झालं आहे.

३) हा प्रसंग कार्यालयीन जीवनाशी निगडित आहे. एका वरिष्ठाकडे त्याच्या हाताखाली काम करणारा एक कर्मचारी कामाशी संबंधित अहवाल सादर करतो. तो वाचल्यावर वरिष्ठ त्याला बोलावतो, आणि म्हणतो, ''तू इतका मूर्खपणा कसा काय करू शकतोस? या अहवालात टाइपिंगच्या चुका तर आहेतच आणि शिवाय अनेक ठिकाणी शुद्धलेखनाच्या चुका आहेत. आपल्या कामाचा अहवाल अतिशय उत्तम असला पाहिजे. पण दर वेळी तू असाच गचाळपणा करणार असशील तर तुझं कसं होईल?...'' वरिष्ठाने केलेलं मूल्यांकन जरा जास्तच कठोर आहे. पण कर्मचाऱ्याला त्याचं काम तो कसा करतो आहे हे सांगणं वरिष्ठाचं कर्तव्यच आहे. मात्र, इथे वरिष्ठातला 'टीका करणारा पालक'(critited parent) क्रियाशील झालेला दिसतो आहे. म्हणूनच चुकांवर बोट ठेवून त्याने कर्मचाऱ्याच्या काम करण्याच्या पद्धतीवर बोचरी टीका केली आहे. तरीही कर्मचाऱ्याने ती सहन करणं आणि आपल्या काम करण्याच्या पद्धतीत सुधारणा घडवून आणणं त्याच्याकडून अपेक्षित आहे, याची जाणीव असल्यामुळे तो वरिष्ठाला म्हणतो, 'माफ करा साहेब, अशा चुका यापुढे माझ्या हातून घडणार नाहीत.' ही प्रतिक्रिया कर्मचाऱ्यातल्या 'प्रतियोजक बालकांकडून' (adopted child) आली असून

त्यामुळे त्याच्यातला आणि वरिष्ठातला संवाद 'पूरक' ठरला आहे असंच म्हणावं लागेल. तरीही या पूरक आंतरक्रियेचा कर्मचाऱ्यावर होणारा परिणाम नक्कीच दुःखद आहे. कारण वरिष्ठाने जी भाषा वापरली आहे, ती त्याच्या जिव्हारी लागली असून तो दुःखी आणि शरमिंदा झाला आहे. म्हणूनच ह्या दोघांमधली आंतरक्रिया पूरक असूनही त्यांच्यात घडून आलेल्या संवादाला खऱ्या अर्थाने 'सुसंवाद' म्हणता येणार नाही.

मग त्या दोहोंमध्ये सुसंवाद घडून येण्यासाठी काय केलं गेलं पाहिजे? वरिष्ठाने अहवालावर भाष्य करताना समजुतीच्या स्वरात कर्मचाऱ्याच्या चुका त्याच्या निदर्शनास आणून द्यायला हव्यात. वरिष्ठाने कर्मचाऱ्याला बोलावून सांगावं की, 'मी अहवाल बघितला. मला त्यात टाईपिंगशी आणि शुद्धलेखनाशी संबंधित बऱ्याच चुका दिसल्या. म्हणून यापुढे तू काळजीपूर्वक आपला अहवाल लिहावास असं मला सुचवावसं वाटतं. यामुळे चुका असल्याच तर त्या तुझ्या लक्षात येतील आणि त्या दुरुस्त करून तुला अहवालात योग्य तो बदल करता येईल.' अशा शब्दांमध्ये जर वरिष्ठाने भाष्य केलं तर ते अधिक प्रभावी ठरेल. कारण कर्मचारी दुखावेल असं शब्दप्रयोगात काहीच नाही. शिवाय बोलण्याचा सूर समजावण्याचा असल्याने कर्मचाऱ्यासाठी तो उत्साहवर्धक ठरेल. वरिष्ठाचं बोलणं संपल्यावर कर्मचाऱ्याची प्रतिक्रिया काहीशी अशी असू शकेल, 'सर, मी नक्कीच यापुढे अशा चुका होणार नाहीत याची काळजी घेईन. दुर्दैवाने या वेळी माझं चुकांकडे लक्षच गेलं नाही. पण पुढल्या वेळी अहवाल सादर करण्यापूर्वी तो मी नक्की तपासून घेईन.'... त्या दोहोंमधला संवाद अशा रीतीने पूर्ण झाला तर तो नुसताच 'पूरक' नव्हे तर 'सुसंवाद'देखील ठरेल. कर्मचाऱ्याशी संवाद साधणाऱ्या 'टीका करणाऱ्या' पालकाची जागा 'संगोपन करणाऱ्या' पालकाने घेतल्यामुळे हा बदल घडून आला.

१२

आंतरवैयक्तिक संघर्ष कसा हाताळावा?

एक अभियांत्रिकी पदवीधर युवक त्याच्या तांत्रिक ज्ञानाचा ज्यात उपयोग होऊ शकेल असा व्यवसाय करू इच्छितो. त्याचे पिता एक यशस्वी व्यावसायिक असून एका बड्या कंपनीच्या उत्पादनांच्या वितरणाची एजन्सी त्यांना मिळाली आहे. त्यांच्या व्यवसायात विस्ताराला वाव असून अर्थप्राप्तीसाठी बरंच काही करण्यासारखं असल्यामुळे त्यांच्या मुलाने त्यांच्या व्यवसायात सहभागी व्हावं, असं त्यांना प्रकर्षाने वाटतं आहे. पण मुलाला केवळ पैसा कमावण्यासाठी व्यवसाय करणं फारसं आवडत नाही. कारण आपल्या तांत्रिक ज्ञानाचा उपयोग ज्यात करता येईल असा व्यवसाय त्याला करायचा आहे. अभियांत्रिकीच्या ज्या क्षेत्रात त्याने पदवी प्राप्त केली आहे, त्या क्षेत्रातील ज्ञानाचा उपयोग त्याच्या वडिलांच्या व्यवसायात करण्यासाठी वाव नसल्यामुळे आपलं तांत्रिक शिक्षण वाया जाईल, असं त्याचं ठाम मत आहे; पण वडिलांना मात्र धनप्राप्तीच्या तुलनेत ही बाब गौण वाटते आहे. वडील आणि मुलगा या दोघांच्या मूल्यांमध्ये मूलभूत फरक असल्यामुळे त्यांच्यात तीव्र मतभेद आहेत.

घरात काय किंवा बाहेर काय, ज्यांच्या सहवासात आपण वावरतो, त्यांच्यापैकी बऱ्याचजणांशी विविध बाबतीत आपले मतभेद असू शकतात. बरेचदा ते तीव्र स्वरूपाचे असतात आणि तशी जाणीवही आपल्याला असते. आपले विचार, धारणा, मूल्ये, प्रवृत्ती आणि जीवनाकडे बघण्याचा दृष्टिकोन याबाबत जी भिन्नता इतरांच्या तुलनेत आपल्याला जाणवते त्या भिन्नतेमुळेच हे मतभेद निर्माण होतात. हे मतभेद जसजसे तीव्र होऊ लागतात तसतसा त्यांचा परिणाम व्यक्ती-व्यक्तींमध्ये घडून येणाऱ्या विसंवादातून दिसू लागतो. मतभेदांमुळे घडून येणाऱ्या विसंवादामुळे संबंधित व्यक्तींना परस्परांच्या वागण्यात 'विसंगती' जाणवू लागते. या विसंगतीमुळे जी एक मानसिक अवस्था उद्भवते ती संघर्षाची निदर्शक असते.

मतभिन्नतेमुळे उद्भवणारा संघर्ष जेव्हा तीव्र बनू लागतो, तेव्हा आपण आणि इतर यांच्यात दुरावा निर्माण होऊ लागतो. या दुराव्यामुळे परस्परांमधील बोलाचाल कमी होत जाऊन अखेर संवादात खंड पडतो. म्हणून परस्परांमधील मतभेदामुळे निर्माण होणारा संघर्ष जरी आपल्या दैनंदिन जीवनाचा एक अपरिहार्य भाग असला तरी तो विकोपाला जाणार नाही, याची खबरदारी प्रत्येकाने घ्यायला हवी. अन्यथा, लोक आपल्यापासून दुरावतील आणि आपल्या वर्तनातून जी एक चांगली छाप आपण त्यांच्यावर सोडायला हवी होती ती शक्य झाली नाही असा त्याचा अर्थ निघेल. असं होऊ नये यासाठी आंतरवैयक्तिक संघर्ष उत्तम प्रकारे हाताळण्याचं कौशल्य आपण हस्तगत करणं आवश्यक आहे.

आंतरवैयक्तिक संघर्षात दोन पक्ष असतात, एक आपण 'स्वतः' आणि दुसरा 'इतर'. या 'इतर' मध्ये एकच व्यक्ती असू शकते किंवा अनेक, म्हणजेच काही व्यक्तींचा समूह. तीव्र मतभेदामुळे उद्भवलेला संघर्ष हाताळताना स्वतःबरोबरच दुसऱ्या पक्षाचाही विचार व्हायला हवा. अन्यथा, ज्या समस्येमुळे संघर्ष उद्भवला असेल, तिची सोडवणूक करताना ती आपल्यासाठी कशी सोयीची ठरेल याचीच काळजी आपण घेऊ. पण अशा मार्गाने संघर्षाचं निराकरण करणं अनुचित ठरेल; म्हणूनच संघर्ष मिटवताना 'स्वतः' आणि 'इतर' या दोन्ही पक्षांचा विचार करूनच योग्य तो निर्णय घ्यायला हवा.

'स्वतः' आणि 'इतर' या दोन पक्षांचा विचार करून संघर्ष हाताळण्याच्या कोणत्या वर्तनप्रकाराचा अवलंब करावा हे ठरवताना दोन्ही पक्षांसाठी तो कसा सुसंगत ठरेल याकडे लक्ष देणं आवश्यक आहे. संघर्षाचं स्वरूप कसं आहे यावर दोन्ही पक्षांची सारख्याच प्रमाणात काळजी घ्यावी की एका पक्षाची थोडी जास्त तर दुसऱ्याची कमी, अशा प्रमाणात काळजी घेऊन तो कसा मिटवता येईल यासंबंधी निर्णय घ्यावा हे अवलंबून असतं, म्हणूनच 'स्वतःबद्दल आपल्याला वाटणारी आस्था किंवा काळजी' आणि 'इतरांबद्दल वाटणारी आस्था किंवा काळजी' या दोन आयामांचा संयुक्तपणे विचार व्हायला हवा. हे दोन्ही आयाम स्वतंत्र असल्यामुळे 'स्वतःबद्दल वाटणारी आस्था' ही ज्याप्रमाणे कमी किंवा अधिक असू शकते त्याचप्रमाणे 'इतरांबद्दल वाटणारी आस्था' देखील कमी किंवा अधिक असू शकते. या दोन्ही आयामांचा जर एकत्रित विचार केला तर ज्या पाच वर्तनप्रकारांचे समस्येची सोडवणूक करण्याच्या संदर्भात अनुसरण केले जाऊ शकते, त्यांचा खुलासा पुढे दिलेल्या आकृतीवरून होऊ शकेल.

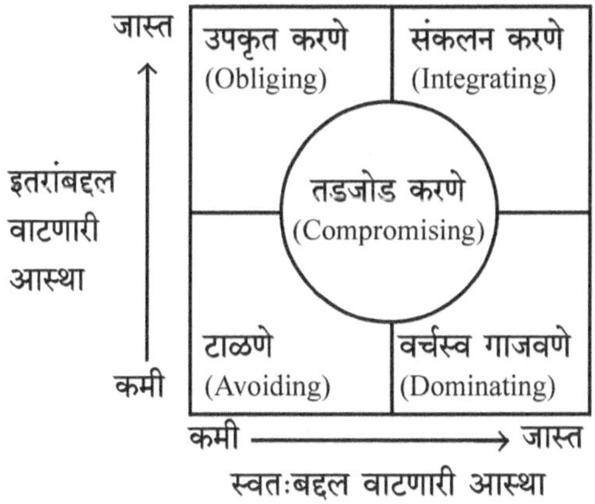

आकृती क्रमांक १ : संघर्ष हाताळण्याच्या वर्तनशैली

संघर्ष मिटवण्यासाठी कोणता तोडगा उचित ठरेल याचा विचार करताना जर स्वतःइतकीच दुसऱ्या पक्षाचीसुद्धा काळजी घेतली जात असेल तर 'संकलन करणे' किंवा 'एकात्मीकरण साधणे' या वर्तनशैलीचं अनुसरण केलं जातं आहे हे आकृती क्र. १ वरून दिसून येईल. या वर्तनप्रकाराचं प्रमुख वैशिष्ट्य हे आहे की, दोन्ही पक्षांनी आमनेसामने बसून नेमक्या कोणत्या कारणांमुळे मतभेद निर्माण झाले यावर लक्ष केंद्रित करणं आवश्यक असतं. ही कारणं समस्यांच्या स्वरूपाची किंवा आंतरवैयक्तिक संबंधामध्ये बाधा निर्माण करणाऱ्या काही बाबींच्या स्वरूपाची असू शकतात. त्यांचं स्वरूप कसंही असो, चर्चेच्या माध्यमातून त्यांच्यामुळे निर्माण झालेले अडथळे नाहीसे करण्याचा प्रयत्न होणं आवश्यक आहे. जी माहिती चर्चेच्या माध्यमातून समोर येईल तिचं संकलन करून दोन्ही पक्षांना मान्य होईल असा तोडगा शोधून काढण्यावर या वर्तनशैलीत भर दिला जातो. संघर्ष सोडवण्याचा हा मार्ग तसा उत्तमच समजला जातो. पण 'समस्येची सोडवणूक' या तत्त्वावर अधिष्ठित असलेल्या या मार्गाचं अनुसरण करताना काही अटींचं पालन होणं आवश्यक आहे. उदाहरणार्थ, मानसिक परिपक्वता, मनमोकळेपणा आणि एकमेकांना साहाय्य करण्याची वृत्ती इत्यादींचा या संदर्भात उल्लेख करता येईल. ही वैशिष्ट्यं दोन्ही पक्षांतील मंडळींमध्ये असायला हवी. अन्यथा, चर्चेच्या माध्यमातून काहीही निष्पन्न होणार नाही.

संघर्ष सोडवताना जेव्हा स्वतःला सोयीचा ठरेल असा मार्ग अनुसरला जातो तेव्हा दुसऱ्या पक्षाचं काय होईल हा विचार गौण ठरतो. जरी तो दुसऱ्या पक्षाला अमान्य असेल तरी संबंधित व्यक्तीला किंवा समूहाला तो मान्य करायला लावण्याचा प्रयत्न पहिल्या पक्षाकडून केला जातो. यासाठी बळाचा किंवा अधिकाराचा वापर करून

समस्येची सोडवणूक केली जाते. याचा अर्थ एक पक्ष दुसऱ्या पक्षावर 'वर्चस्व गाजविणे' (dominating) या वर्तनशैलीच्या अनुसरणातून दबाव आणतो. या तंत्राचा वापर करणाऱ्या पक्षाला स्वतःबद्दलच अधिक आस्था वाटत असते आणि दुसऱ्या पक्षाबद्दल फारशी आस्था वाटत नसल्याने त्या पक्षाला नमतं घ्यायला लावणं हेच त्यांच्यासाठी अंतिम उद्दिष्ट असतं. आपण 'जिंकणे' आणि त्यांना 'हरविणे' हेच तत्त्व या वर्तनशैलीचं अधिष्ठान आहे. स्वतःबद्दल वाटणारी आस्था 'जास्त' आणि इतरांबद्दल वाटणारी आस्था 'कमी' अशा दोन आयामांच्या मिश्रणातून 'वर्चस्व सिद्ध करणे' ही संघर्ष हाताळण्याची शैली उदयाला येते हे आकृती क्रमांक १ मध्ये दर्शविण्यात आलं आहे.

संघर्ष हाताळण्याची एक शैली अशीही आहे की ज्यात एका पक्षाला इतरांबद्दल, म्हणजे दुसऱ्या पक्षाबद्दल खूपच कमी आस्था वाटत असली तरी स्वतःबद्दलही तितक्याच कमी प्रमाणात आस्था वाटत असते. यातून असं सूचित होतं की, 'मतभेद असले तरी निभतंय ना, मग चालू द्या आहे तेच' असा विचार त्या पक्षाकडून केला जात असावा. दुसऱ्या पक्षाला याबद्दल काय वाटत असावं याचा विचार करायची त्यांना फारशी गरज भासत नसावी हेही इथे अभिप्रेत आहे. थोडक्यात, मतभेद किंवा संघर्ष मिटविण्यासाठी ठोस पावले उचलण्याचा प्रयत्न या शैलीत केला जात नाही. उलट ज्यांच्या समवेत मतभेद आहेत त्यांचा 'सहवास टाळणे' हाच मार्ग अनुसरला जातो; पण यामुळे खऱ्या अर्थाने 'संघर्ष मिटला आहे का' हा प्रश्न अनुत्तरित राहतो. 'स्वतःबद्दल कमी आस्था वाटणे' आणि 'इतरांबद्दलही कमी आस्था वाटणे' असे या दोन आयामांशी संबंधित संयुक्त प्रमाण हे अधिष्ठान लाभलेल्या संघर्ष हाताळण्याची शैली 'टाळणे' (avoiding) या नावाने ओळखली जाते. (आकृती क्र. १)

दुसऱ्या पक्षाबद्दल जास्त, तर स्वतःबद्दल कमी, अशा प्रमाणात आस्था ठेवून जेव्हा संघर्ष सोडवण्याचा प्रयत्न केला जातो, तेव्हा ज्या शैलीचं अनुसरण केलं जातं त्यात दुसऱ्या पक्षाला 'उपकृत करणे' (Obliging) हा स्थायिभाव असतो. एरवी स्वतःसाठी जो मार्ग गैरसोयीचा ठरणार असतो त्याचंच अनुसरण करण्यामागे दुसऱ्या पक्षाची 'मर्जी राखणे' हा उद्देश असतो ते उघड आहे. संबंधित व्यक्तीची मतं किंवा विशिष्ट प्रकारे वागण्याची तऱ्हा काही प्रमाणात खटकणारी असली तरी तिकडे दुर्लक्ष करून आपण आणि ती व्यक्ती यांच्यात जी इतर बाबतीत एकवाक्यता आहे त्यावरच सगळा भर दिला जातो. दोन्ही पक्षांमधील परस्परसंबंध सलोख्याचे असावे, व म्हणून त्यात बाधा न येऊ देणे हाच या शैलीच्या अनुसरणामागील मुख्य उद्देश असावा, असं म्हणता येईल. आकृती क्र. १ मध्ये वरच्या भागातील डावीकडील चौकटीत या शैलीच्या नावाचा उल्लेख आढळतो.

स्वतःबद्दल आणि इतरांबद्दल सारखीच, पण मध्यम प्रमाणात आस्था राखून संघर्ष मिटवण्याच्या प्रयत्नाला 'तडजोड करणे' (compromising) असं म्हणतात. दोन्ही पक्षांनी अगदी टोकाची भूमिका सोडून 'सुवर्णमध्य साधणं' या वर्तनशैलीत अभिप्रेत असतं. म्हणूनच स्वतःला फायदेकारक ठरणाऱ्या काही गोष्टी दोन्ही पक्षांकडून सोडून दिल्या जातात. अशा प्रकारे 'तुम्ही काही बाबतीत माघार घ्या, आम्हीही काही बाबतीत माघार घ्यायला तयार आहोत' अशी सामोपचाराची भूमिका दोन्ही पक्षांकडून घेतली जाते. अशी तडजोड करून दोघांनाही मान्य होईल असा तोडगा शोधून संघर्ष सोडवला जातो. आकृती क्र. १ मध्ये जे वर्तुळ मध्यभागी दिसतं आहे त्यात 'तडजोड करणे' असा उल्लेख करून या शैलीचं स्थान निश्चित करण्यात आलं आहे.

आतापर्यंतच्या विवेचनाचं सार हेच की एकूण पाच विविध वर्तनशैलींचं अनुसरण करून आंतरवैयक्तिक संघर्ष मिटवता येतो. अर्थात दोन्ही पक्षांनी एकत्र येणं आणि 'संकलन' करून किंवा 'तडजोड' करून संघर्ष मिटवणं हे केव्हाही चांगलंच असं म्हणता येईल, कारण या दोन्ही शैलींमध्ये ज्या मूलभूत समस्येमुळे संघर्ष उद्भवला आहे तिची सोडवणूक कशी करता येईल यासंबंधी विचारविनिमय केला जातो. उलट 'उपकृत करणं' आणि 'टाळणं' या शैली अशा आहेत की, ज्यांचं अनुसरण केलं जात असताना ज्या मूळ समस्येमुळे संघर्ष उद्भवला आहे त्याचा सामना करण्याचा प्रयत्न केला जात नाही. पाचवी वर्तनशैली 'वर्चस्व गाजविणे' अशी आहे की, ज्यात संघर्ष सोडवण्याऐवजी तो अधिक तीव्र बनू नये म्हणून 'दबाव' तंत्राचा वापर करून 'नियंत्रित' केला जातो. मात्र, हे उल्लेखनीय आहे की, तडजोड किंवा संकलन या शैलींच्या माध्यमातून समस्येची सोडवणूक करणं व संघर्ष मिटवणं हे जरी जास्त चांगलं समजलं जात असलं तरीही नेमक्या कोणत्या शैलीचं अनुसरण केलं जावं हे संघर्षाला जन्म देणाऱ्या समस्येचं स्वरूप कसं आहे, यावरच प्रामुख्याने अवलंबून असतं.

या संदर्भात आधी हे लक्षात घ्यायला हवं की, ज्या समस्येमुळे संघर्ष उद्भवला असेल ती जर जटिल आणि म्हणून बहुआयामी असेल तर दोन्ही पक्षांना एकत्र येऊनच तिची सोडवणूक करावी लागेल. एकत्र येऊन चर्चा केल्यानंतरच काही महत्त्वाचे मुद्दे समोर येतील आणि त्यांचं संकलन करून दोन्ही पक्षांना सारख्याच प्रमाणात हितावह ठरेल, असा निर्णय घेता येईल. यावरून हे स्पष्ट होईल की, समस्या कोणतीही असो दोन्ही पक्षांनी एकत्रित येऊन ती सोडवण्याचा प्रयत्न केला, तर चर्चेतून निष्पन्न होणाऱ्या मुद्द्यांचं एकात्मीकरण करून संघर्ष मिटू शकेल असं गृहीत धरता येणार नाही. समस्या मुळात जटिल असणे, दोन्ही पक्षांना एकत्र येऊन साधकबाधक

चर्चा करण्याइतपत दोन्ही पक्षांमध्ये प्रगल्भता असणे, आणि घाई न करता धीर धरून तोडगा शोधण्यास लागणारा विलंब सहन करण्याची तयारी ठेवणे इत्यादी अटी पूर्ण होत असतील तरच या शैलीचं अनुसरण करणं उचित ठरेल. दोन्ही पक्षांना जास्तीत जास्त हितावह ठरेल असा निर्णय जोपर्यंत घेतला जात नाही, तोपर्यंत एकमेकांना साहाय्य करण्याची दोही पक्षांची तयारी असणंही गरजेचे आहे.

'पिता' आणि 'पुत्र' यांच्या मूल्यांमध्ये मूलभूत फरक कसा असू शकतो हे सुरुवातीच्या उदाहरणात आपण बघितलं होतं. व्यवसायनिवडीत वडील पैशाला महत्त्व देतात, तर मुलगा ज्ञानाचा उपयोग करता येण्याला वाव मिळणं महत्त्वाचं मानतो. दोघांमधील विचारसरणीतील या भिन्नतेमुळे 'मुलाने त्यांच्या स्वतःच्या व्यवसायात पदार्पण करावं' असं वडिलांना तीव्रतेने वाटतं आहे, तर मुलाला मात्र 'या मार्गाचं अनुसरण करण्यात स्वारस्य नाही.' अशी पार्श्वभूमी लाभलेल्या या दोघांमधील मतभेदामुळे निर्माण झालेला संघर्ष दोघांनीही एकत्र येऊन विचारविनिमयाच्या माध्यमातून मिटण्याची शक्यता फारच कमी आहे. त्यांच्या मूल्यांमधील भिन्नता इतकी तीव्र आहे की, एकत्र बसून संघर्ष मिटवण्यासाठी जे साहाय्य एकमेकांना देऊन साधकबाधक चर्चा त्यांच्यात घडून यायला हवी ती घडून येण्याची शक्यता कमी आहे, म्हणून दुसऱ्या अशा शैलीचं अनुसरण त्यांनी करायला हवं की, जी संघर्ष मिटवण्याच्या संदर्भात योग्य ठरेल. कुटुंबप्रमुख आणि पिता या नात्याने जो अधिकार एरवी एखाद्या पित्याला प्राप्त होत असतो, त्याचा वापर करून आपल्या उदाहरणातले वडील त्यांचा निर्णय मुलावर लादू शकतात; पण मुलगा आपल्या मतावर ठाम असल्यामुळे अशी सक्ती त्याला आवडणार नाही. अर्थातच यामुळे तो वडिलांना विरोध करेल. स्थिती अशीच राहणार असेल तर 'आता यापुढे आपापल्या वेगळ्या वाटांनी मार्गक्रमण करून जीवन जगावं' अशी धमकी ते कदाचित त्याला देतील. त्याला हार स्वीकारायची नसल्याने तो वडिलांपासून वेगळं व्हायला मागेपुढे पाहणार नाही. थोडक्यात, या उदाहरणातील पिता-पुत्रांमधील संघर्ष 'वर्चस्व गाजविणे' या शैलीचा वापर करून पित्याद्वारे सोडवण्याचा प्रयत्न झाल्यास तो यशस्वी ठरणार नाही. ही शैली काही परिस्थितींतच यशस्वी ठरू शकते. उदाहरणार्थ, जेव्हा एखादा निर्णय त्वरित घेऊन त्याची अंमलबजावणी करायची असते, तेव्हा एका पक्षाद्वारे दुसऱ्या पक्षावर दबाव आणून हे साध्य करून घेता येतं. म्हणूनच कर्मचाऱ्यांसाठी एरवी त्रासदायक ठरेल असा एखादा निर्णय घेण्याची जबाबदारी जेव्हा वरिष्ठांवर येते, तेव्हा आपल्या अधिकाराचा वापर करून त्यांना हे साध्य करून घ्यावं लागतं.

वरील उदाहरणातील पिता आणि पुत्र यांना ज्या आणखी एका वर्तनशैलीचं अनुसरण करून संघर्ष मिटवण्याचा प्रयत्न करता येईल ती म्हणजे दुसऱ्या पक्षाला 'उपकृत' करणं. व्यवसायनिवडीबाबत मुलाला काय वाटतंय हे अधिक महत्त्वाचं आहे. कारण ही त्याची वैयक्तिक बाब असून ती त्याच्या जीवनाशी निगडित आहे, असं जर वडिलांना वाटत असेल तर स्वतःची गैरसोय ते गौण मानतील. म्हणूनच मुलाचं भलं होत असेल तर आपण त्याच्या व्यवसायनिवडीच्या निर्णयात अडथळा का म्हणून निर्माण करायचा? असा विचार करून वडील संघर्ष मिटवू शकतात. पण ही शक्यता निदान या वडिलांच्या बाबतीत फारच कमी दिसते, कारण त्यांनी आजपर्यंत कष्ट करून कौटुंबिक व्यवसायाचा जो डोलारा उभारला आहे, त्यापासून मुलाने अलिप्त राहणं त्यांना रुचेल असं वाटत नाही. शिवाय आज मुलाला विरोध करणं टाळलं तर भविष्यात आपल्या व्यवसायाकडे त्याचं मन वळवणं सुलभ जाईल याची काय शाश्वती, असं त्यांना वाटू शकतं. त्यामुळे या वर्तनशैलीचं अनुसरण करून संघर्ष सोडवणं वडिलांनी पसंत करण्याची शक्यता कमीच आहे. मुलगादेखील हा मार्ग पसंत करण्याची शक्यता कमी आहे, कारण आज वडिलांचं म्हणणं ऐकून त्यांना खूश केलं तर भविष्यात ते आपल्याला आपल्या पसंतीचा व्यवसाय निवडू देतील याची त्याला खात्री नाही. दुसऱ्या पक्षाला उपकृत करून संघर्ष सोडवण्याच्या प्रयत्नात वडील आणि मुलगा या दोघांनाही यश मिळण्याची शक्यता फारच कमी आहे.

मग चौथी वर्तनशैली 'टाळणे' असं जिला म्हणतात, ती वडील आणि मुलगा यांच्यातील संघर्ष मिटावा म्हणून उपयुक्त ठरेल का? या शैलीच्या माध्यमातून ज्या मार्गाचं अनुसरण केलं जातं, त्यात समस्येची सोडवणूक करून संघर्ष सोडवण्याऐवजी त्याची तीव्रता न वाढू देण्यावर भर दिला जातो, म्हणूनच 'जैसे थे' ही अवस्था कायम राखून आपसातील मतभेद वाढू नये, असं दोन्ही पक्षांना वाटत असतं; पण ही शैली पिता आणि पुत्र यांच्यातील संघर्ष प्रभावीपणे हाताळण्याच्या संदर्भात लाभदायक ठरू शकणार नाही. दोन्ही पक्षांना त्यांच्यातील मतभेद बऱ्याच अंशी तीव्र असल्याची जाणीव असून 'ते तसेच सध्या कायम असू द्या, पुढचं पुढे पाहता येईल' अशी चालढकल दोघांनाही परवडण्यासारखी नाही.

'पिता' आणि 'पुत्र' यांच्यात ज्या समस्येमुळे संघर्ष उद्भवला आहे तो 'तडजोड' करून सोडवणं हा शेवटचा एक मार्गसुद्धा त्यांच्यासाठी उपलब्ध आहे. या मार्गाचा अवलंब करायचा झाल्यास दोघांनीही व्यवसायनिवडीच्या संदर्भात 'कशाला अधिक महत्त्व दिलं जावं?' यावरून जी टोकाची भूमिका घेतली आहे ती बदलावी लागेल. आपल्या वितरण व्यवसायात मुलाने वेळोवेळी लक्ष घालून 'तांत्रिक सल्ला'

प्रदान करण्याचा व्यवसाय सुरू करण्यात हरकत नाही, अशी लवचीक भूमिका वडिलांनी स्वीकारणंच योग्य ठरेल. तसंच केवळ 'तांत्रिक सल्ला' प्रदान करणे या व्यवसायातच 'मला काम करणे आवडेल' अशी ताठर भूमिका मुलानेही बदलावी. ज्यात अधिक धनप्राप्ती होऊ शकते अशा वडिलांनी उभारलेल्या व्यवसायातही लक्ष घालण्याची तयारी त्याने ठेवावी. अन्यथा, वडिलांनाच सर्व जबाबदारी सांभाळायला भाग पाडल्याने त्यांच्यावर कामाचा बोजा वाढेल व यामुळे नको तितक्या जास्त प्रमाणात त्यांच्यावर ताण पडेल. तो कमी करणे जर त्यांना अशक्य झालं तर व्यवसायावर याचा अनिष्ट परिणाम घडून येईल, म्हणूनच आपल्या भूमिकेत लवचिकता आणून दोघांना तडजोड साधता येईल. यामुळे परस्परांना मान्य होणारा तोडगा निघू शकेल.

तडजोड करून संघर्ष मिटवण्याचा मार्ग सर्वात योग्य असल्याचं जरी वरील उदाहरणाच्या संदर्भात स्पष्ट झालेलं असलं तरी या मार्गानेच प्रत्येक संघर्ष सोडवला जाऊ शकतो, असं मात्र नाही. समस्येचं स्वरूप कसं आहे हे लक्षात घेऊनच कोणत्या मार्गाचं अनुसरण करणं योग्य ठरेल, याचा विचार करावा. म्हणूनच कधी कधी दुसऱ्यावर वर्चस्व गाजवूनही संघर्ष सोडवावा लागतो, याचीही जाणीव प्रत्येकाला असायला हवी. उदाहरणार्थ, माता-पिता आणि त्यांची एक तरुण मुलगी या दोन पक्षांमध्ये मुलीने नको तेवढ्या जास्त प्रमाणात तिला स्वातंत्र्य मिळावं असा आग्रह धरल्याने मतभेद निर्माण झाले आहेत. तिच्या अट्टाहासाला बळी पडून तिला उपकृत करण्याच्या उद्देशाने माता-पित्यांकडून असं स्वातंत्र्य देण्यात आलं तर अनेक कटकटी निर्माण होतील आणि मुलगी एखाद्या वेळी अडचणीतही येऊ शकेल, कारण कोणत्या तरुणांशी किती प्रमाणात जवळीक साधायची हे ठरवताना ती गोंधळू शकते. याच गोष्टीचा गैरफायदा जर कोणी घेतला तर, तिच्यावर अतिप्रसंगही येऊ शकतो. असल्या शक्यतेमुळे संपूर्ण कुटुंबच अडचणीत येऊ शकतं. म्हणूनच तिच्या अट्टाहासामुळे निर्माण झालेला संघर्ष सोडवताना माता-पित्यांनी आपल्या अधिकाराचा वापर करून योग्य तो निर्णय घ्यावा. तिला उपकृत करून नको तेवढी सूट देण्याच्या भानगडीत पडू नये.

१३

पती-पत्नीतील वाद नियंत्रित असावा

पती-पत्नी या नात्याने ज्या दोन व्यक्ती एकत्र आलेल्या असतात त्यांनी आयुष्याच्या अखेरच्या क्षणापर्यंत एकमेकांची साथ निभवावी हे त्यांच्याकडून अपेक्षित असतं. त्यांना एकमेकांचे 'जीवनसाथी' असं जे म्हटलं जातं ते यासाठीच; मात्र जीवनसाथी म्हणून एकत्र आलेल्या या दोन व्यक्तींच्या आवडी-निवडी, वृत्ती-प्रवृत्ती, धारणा आणि जीवनमूल्यं, म्हणजेच त्यांची व्यक्तिमत्त्वं एकसारखीच असतील असं नाही. किंबहुना, ती वेगळीच असण्याची शक्यता अधिक असते, कारण प्रत्येक व्यक्तीच्या व्यक्तिमत्त्वात इतरांच्या तुलनेत एक वेगळेपण असतं. मग पती-पत्नी याला अपवाद कसे ठरणार?

तरीही 'आपल्याला आवडेल असंच पत्नीने वागावं' अशी पतीची पत्नीकडून अपेक्षा असते आणि अगदी तशीच पत्नीची पतीकडून असते; पण ती पूर्ण होण्याची शक्यता फारच कमी असल्यामुळे लहानसहान गोष्टींवरून त्यांच्यात बरेचदा खटके उडतात. यावरून वादाला सुरुवात होते. जरी हे वाद सुरुवातीला फारसे गंभीर वाटत नसले तरी ते विकोपाला जाणार नाहीत याची काळजी दोघांनीही घ्यावी. एवढं मात्र नक्की की, व्यक्तिमत्त्वातील भिन्नतेमुळे प्रत्येकाच्या सवयी आणि वागण्याच्या तऱ्हा यांच्या बाबतीत दोघांमध्येही जे वेगळेपण निर्माण झालेलं असतं, तेच त्यांच्यात वाद निर्माण होण्यासाठी कारणीभूत ठरतं.

पती-पत्नींना एकमेकांकडून कोणतं वर्तन अपेक्षित असेल हे त्यांच्या वैयक्तिक आवडी-निवडी, वृत्ती-प्रवृत्ती आणि धारणांवर अवलंबून असतं, म्हणूनच जेव्हा पती आपल्या खास मित्रांना जेवायला बोलावतो तेव्हा त्याच्या आवडीच्या नेहमीच्या मेनूप्रमाणे पत्नीने जेवण बनवावं अशी त्याची अपेक्षा असणं स्वाभाविकच म्हणावं लागेल. तथापि, काही नवीन पदार्थ शिकून नेहमीपेक्षा वेगळा मेनू जेवणात आणणं तिला आवडत असेल तर, तसा प्रयोग करून पाहणं,-मग पाहुणे घरी जेवायला

आलेले असले तरी–तिला आवडेल. समजा एखाद्या पतीने 'आज माझे खास तीन मित्र जेवायला येतील.' असं पत्नीला सांगितलं. नवीन मेनूप्रमाणे खाद्यपदार्थ बनविण्यासाठी ही चांगली संधी आहे असं तिला वाटतं आणि तिचा इरादा पक्का होतो. सर्वांना सरप्राइज द्यायचं ती ठरवते आणि पतीला त्याबद्दल काहीच सांगत नाही. ठरल्याप्रमाणे मित्र येतात आणि जेवणाला सुरुवात होते. मेनूतला बदल लक्षात आल्यावर पती गांगरतो. त्याच्यासाठी हा एक अनपेक्षित झटका असतो. त्याची अस्वस्थता वाढते आणि 'हे काय?... हा नवा प्रयोग आजच करायचं कसं ठरवलंस तू?... नेहमीचा मेनू नसल्यामुळे सगळी मजाच निघून जाईल जेवणाची आता.' असा प्रहार तो करतो तिच्यावर. या अनपेक्षित हल्ल्याने ती बिथरते आणि तिचा मूड जातो. खरं तर मेनू अगदी झकास जमला असून तो सर्वांना रुचेल असाच आहे; पण पतीने अनपेक्षितपणे तिच्या विरोधात जो काहीसा आक्रमक पवित्रा घेतला, त्यामुळे ती अस्वस्थ बनते आणि तिचा मूड जातो. तिच्या या अवस्थेमुळे मात्र प्रसंगातली मजा निघून जाते, पण तिची बाजू सावरायला पतीचे मित्र सरसावतात आणि 'अहो वहिनी, मेनू अतिशय छान आहे, चविष्ट आणि एकदम नवा.' असं म्हणून तिला खूश करतात. यामुळे परिस्थितीतला तणाव सैल होऊन जेवणं निर्विघ्नपणे पार पडतात; पण पत्नीच्या मनातल्या कोणत्यातरी एका कोपऱ्यात पतीच्या अनाठायी वागण्याने निर्माण झालेली अढी घर करून बसलेली असतेच. सर्वजण निघून गेल्यावर तिची अस्वस्थता उफाळून वर येते आणि काहीशी चिडून ती त्याला म्हणते, 'मी इतक्या हौसेनी तयार केलेला मेनू जेवणाची मजाच नाहीसा करणारा वाटला, नाही का? हे माझं दुर्दैवच आहे, दुसरं काय! माझ्या या निर्णयाबद्दल नंतरही बोलता आलं असतं. पण नाही, सर्वांसमोर माझा अपमान केल्यावरच तुमच्या जिवाला शांती मिळाली.' तिचं हे बोलणं ऐकल्यावर ती चांगलीच दुखावली गेली आहे, हे त्याच्या लक्षात यायला हवं, म्हणूनच त्याने दिलगिरी व्यक्त करायला हवी; पण असं करण्याऐवजी स्वतःचा बचाव करून आपला 'अहम्' जपणं त्याला जास्त महत्त्वाचं वाटतं. म्हणून तो तिला म्हणतो, 'आजचा मेनू एकदम नवा होता. सर्व पदार्थ नवीन असल्याने त्यांची चव कशी असेल हे निदान मला तरी माहीत नव्हतं. त्यामुळे तो पाहुण्यांना आवडेल का याचा अंदाजच बांधता येत नव्हता. समजा, तो त्यांना फारसा आवडला नसता तर ... तसं स्पष्टपणे सांगणं बरं दिसणार नाही म्हणून काय बोलावं हे त्यांना सुचलंच नसतं. त्यांची अशी कुचंबणा होऊ नये म्हणून मीच त्याबाबत साशंकता व्यक्त करून आपली बाजू सेफ करण्याचं ठरवलं. मी जे काही बोललो ते यासाठीच.' या खुलाशामुळे तिचं अर्थातच समाधान होत नाही. म्हणूनच उपरोधिक सुरात ती त्याला म्हणते, 'नेहमी चुकतं ते माझंच...

तुमच्या हातून चूक घडणं कधीतरी शक्य आहे का?' शेवटी हा वाद कसाबसा थांबतो. पण या कलहामुळे जी अढी तिच्या मनात निर्माण झालेली असते ती बरेच दिवस कायम राहते.

असे वाद पती-पत्नींमध्ये नेहमीच होत असतात. पण ते विकोपाला गेले तर त्यांना संघर्षाचं स्वरूप प्राप्त होतं आणि ते जर नीट हाताळले गेले नाहीत तर एरवी जे सुख आणि समाधान परस्परांच्या सहवासात ती दोघं अनुभवत असतात ते नाहीसं झाल्याशिवाय राहणार नाही. म्हणूनच आपसातला वाद खूप वाढू नये यासाठी दोघांनीही प्रयत्नशील असणं आवश्यक आहे.

पती आणि पत्नी या दोघांना जन्मभर एकमेकांच्या सहवासात राहायचं असल्यामुळे त्यांनी परस्परांना नीट समजून घ्यायला हवं. असा प्रयत्न जेव्हा दोघांकडूनही केला जातो, तेव्हा अनावश्यक वाद कसा टाळायचा हे त्यांना समजू लागतं. आपला नेहमीचा आवडता मेनू बदलू नये असं पतीला त्याचे मित्र जेवायला येण्याच्या संदर्भात वाटू शकतं आणि हे ज्या पत्नीला नीट कळलेलं असतं ती नवीन मेनूचा प्रयोग करण्याच्या मागे लागणार नाही. यामुळे साहजिकच त्याची नाराजी पत्करण्याची पाळी तिच्यावर येणार नाही. अशा तिच्या धोरणालाच 'समेट घडवून आणणं' असं म्हणता येईल.

समेट घडवून आणणं म्हणजे शरणागती पत्करणं असं मात्र नाही. उलट परिस्थिती हाताबाहेर न जाऊ देण्याची ती एक रणनीती असून कधी कधी ती अंगीकारणं गरजेचं असतं, आणि असा सुज्ञपणा दाखवणं म्हणजेच समेट घडवून आणणं. हे जिला कळतं अशी पत्नी, पतीने आपल्या मित्रांना जेवायला बोलावलेलं असताना नेहमीच्याच मेनूचा आग्रह धरण्यात काही गैर आहे असं समजत नाही. उलट आपण अशा वेळी नवीन मेनूचा प्रयोग करणं टाळलेलंच बरं, असा सुज्ञपणा ती दाखवते. अर्थात तो कधी कधी पतीनेसुद्धा दाखवायला हवा हे ओघाने आलंच. एकंदरीत, पती आणि पत्नी या दोघांनीही समेट घडवून आणण्याचा प्रयत्न करून वाद वाढू न देणं हा परस्परांमधील संबंध स्नेहपूर्ण राखण्याचा उत्तम मार्ग आहे.

पती आणि पत्नी यांच्या व्यक्तिमत्त्वांमध्ये जरी भिन्नता असली तरी त्यांना परस्परांच्या सहवासात सबंध जन्म घालवायचा असतो, म्हणूनच आधी त्यांनी एकमेकांना 'ते जसे आहेत' तशा स्वरूपात स्वीकारायला हवं. याचा अर्थ पतीच्या वागण्यात कोणकोणत्या उणिवा आहेत यावरच पत्नीने सारं लक्ष केंद्रित न करता त्याचं कर्तृत्व आणि त्याच्यातल्या इतर चांगल्या गोष्टींचाही अभिमान बाळगावा. याचा परिणाम असा होईल की, जरी त्याने तिला कधी दुखावलं असेल तरी तसं करण्याचा त्याचा हेतू नव्हता हे तिला जाणवेल. उलट आपल्या मनातल्या आवेगांना आवर न घालता

येणे, हे त्याच्या खटकणाऱ्या वागण्यामागचं खरं कारण असल्याचं तिच्या लक्षात येईल. असा सुज्ञपणा जी दाखवू शकते. ती त्याच्या चुका माफ करून निरर्थक वाद टाळू शकते. अर्थात योग्य वेळी, विशेषतः जेव्हा तो चांगल्या मूडमध्ये असतो, तेव्हा त्याच्या वागण्यातल्या खटकणाऱ्या गोष्टींचा 'फीडबॅक' देऊन त्यांची पुनरावृत्ती टाळण्यासाठी तिने त्याला प्रवृत्त करावं.

आपल्या पत्नीला आपण नीट समजून घ्यावं हे पतीलाही विसरून चालणार नाही, कारण तिच्या गुण-दोषांसहित तिला स्वीकारल्याशिवाय तिचं वैवाहिक जीवन सार्थकी लागणार नाही ही या संदर्भातील वस्तुस्थिती आहे. म्हणूनच 'ज्या प्रेमाची आणि आधाराची तिला माझ्याकडून अपेक्षा आहे ते प्रेम आणि तो आधार तिला माझ्याकडून मिळतो आहे की नाही?' हा प्रश्न त्याने सतत स्वतःला विचारावा. तिने आपल्यावर प्रेमाचा सतत वर्षाव करायचा, पण आपण मात्र तिची अवस्था कोरड्या पाषाणासारखी करायची हे बरोबर नसल्याचं त्याला या प्रश्नाच्या उत्तरातून लक्षात येईल. दोन व्यक्तींच्या परस्परांवरील प्रेमात एवढं सामर्थ्य असतं की, गुण-दोषासहित ते एकमेकांना स्वीकारतात आणि लहानसहान गोष्टींना अवास्तव महत्त्व देऊन वाद घालणं त्यांना निरर्थक वाटतं.

यावरून जी एक गोष्ट स्पष्ट होते ती ही की, पती आणि पत्नी या दोघांना एकमेकांशी त्यांनी कसं वागावं याबाबतीत ज्या अपेक्षा असतात त्या रास्त असाव्यात. खरं तर आपण म्हणू तसं जर कोणी वागत असेल तर आपण आनंदित होतो आणि तसं जर कोणी वागत नसेल तर आपली निराशा होते, म्हणूनच आपल्या म्हणण्यानुसार इतरांनी वागावं असा आपला आग्रह असतो. पती-पत्नीही याला अपवाद ठरत नाहीत. आपल्या सर्व अपेक्षा ज्यातून पूर्ण होतील असं आपल्या पत्नीने वागावं अशी ज्याप्रमाणे पतीची मानसिकता असते, तशीच 'पतीने आपल्या अपेक्षा पूर्ण कराव्या' या संदर्भात ती पत्नीचीही असते. मात्र, एवढं परिपूर्ण कोणीच राहू शकत नाही हे जाणवल्यामुळे 'माझ्या जोडीदाराकडून मला जेवढ्या अपेक्षा आहेत त्यांच्यापैकी निदान पन्नास टक्के तरी त्याने किंवा तिने पूर्ण कराव्या' असं बऱ्याच पती-पत्नींना वाटत असतं. पण असाही आग्रह न धरणं हे दोघांसाठीही शहाणपणाचं ठरेल.

पतीने व्यावसायिक कामात इतकं गुरफटून जाऊ नये की ज्यामुळे घरच्यांच्या सहवासापासून त्याला वंचित राहावं लागेल. 'कामाचा व्याप आणि जबाबदारी या कारणांमुळे ऑफिसातून लवकर घरी परतणं शक्य नाही!' असं आपला पती म्हणत असल्यामुळे बऱ्याच विवाहित स्त्रिया व्यथित झालेल्या दिसतात. त्यांची ही व्यथा अनाठायी आहे असं म्हणून ती अमान्य करणं अन्यायकारक ठरेल. मात्र, पती म्हणतो

त्या कारणांमुळे त्याला खरोखरच लवकर घरी परतणं शक्य नसेल, तर पत्नीने ही वस्तुस्थिती स्वीकारून आपली अपेक्षा शिथिल करणंच योग्य ठरेल. म्हणून निदान आठवड्यातून एक-दोनदा तरी त्याने घरी लवकर यावं ही जर तिची अपेक्षा असेल तर ती रास्तच म्हणावी लागेल. अशी तडजोड करण्याची पतीचीही तयारी असावी, म्हणूनच प्रत्येक बाबतीत पत्नीकडून त्याला जे काही अपेक्षित असेल ते सर्वच पूर्ण व्हावं, असा आग्रह त्यानेहीं सोडायला हवा.

आपल्या वागण्याशी संबंधित पत्नीची कोणती तक्रार आहे हे प्रामाणिकपणे ऐकून घेण्याची बऱ्याच पुरुषांची इच्छा नसते. उलट 'मी कसा बरोबर आहे' हे सिद्ध करण्याच्या नादात पत्नीला जास्त न बोलू देण्यापर्यंत त्यांची मजल जाते. 'माझा नवरा ऑफिसातून घरी यायला खूप वेळ लावतो आणि त्यामुळे घरकामाव्यतिरिक्त बिलं भरणं, बँकेतून पैसे काढणं आणि मुलांच्या शाळेतील पालकसभांना उपस्थित राहणं यासारखी बाहेरची कामंही मलाच करावी लागतात; म्हणूनच घरातल्या आणि बाहेरच्या कटकटींना तोंड देताना नाकी नऊ येतात'- अशी व्यथा बऱ्याच स्त्रिया आपल्या मैत्रिणींजवळ बोलून दाखवतात. पण त्यांच्यापैकी बहुतेकांचा पती त्यांचं म्हणणंच नीट ऐकून घेत नसल्याचं त्यांना जास्त दुःख होत असतं. अर्थात याचा अतिरेक झाला तर पती-पत्नींमध्ये वादाला सुरुवात होऊन तो विकोपाला जाऊ शकतो याची जाणीव पतीने ठेवायला हवी. असं होऊ नये म्हणून जो एक उपाय महत्त्वाचा ठरू शकतो तो म्हणजे पत्नीची प्रत्येक तक्रार किंवा अडचण नीट लक्ष देऊन ऐकणं. ती जे म्हणते आहे ते ती नक्कीच अनुभवत असावी किंवा तिला कामाच्या बोजामुळे बरंच काही सहन करावं लागत असावं हे त्याला जाणवतं आहे, असा संकेत त्याने तिचं म्हणणं ऐकून घेतल्यामुळे पत्नीला मिळतो. तो तसा मिळाल्यामुळे तिचा मानसिक ताण बराच कमी होतो आणि त्याच्या सहकार्याने यातून काय मार्ग निघू शकेल याचा विचार ती करायला लागते.

शेवटी जी एक गोष्ट आवर्जून सांगावीशी वाटते ती ही की, गंभीर मतभेद असले तरच पती-पत्नीत वाद निर्माण होतो असं नाही. उलट दैनंदिन जीवनातल्या त्यांच्या काही सवयी आणि वागण्याच्या तऱ्हा जर एकमेकांना खटकणाऱ्या असतील तर त्यांच्यात वाद घडवून आणायला त्या कारणीभूत ठरू शकतात. म्हणूनच पती-पत्नींनी एकमेकांच्या वागण्याचा नीट अभ्यास करावा. एरवी बायको उत्तम स्वयंपाक करत असूनही नवरा एक-दोन पदार्थांचं निमित्त साधून त्याच्या मित्राच्या बायकोच्या पाककौशल्याचे ऊठसूट गोडवे गात असेल तर ती हे कसं सहन करू शकेल? तसंच तिने सजवलेला सुंदर आणि स्वच्छ दिवाणखाना पतीने घातलेल्या पसाऱ्यामुळे जर

खराब होत असेल, आणि तसं वागणं ही जर त्याची सवय असेल तर ती वैतागल्याशिवाय राहणार नाही, हेही त्याने लक्षात घ्यायला नको का? पण हीच पत्नी स्कूटर किंवा कारच्या चाव्या तिने कुठे ठेवल्या हे आठवत नसल्याने नेहमी पूर्ण घर डोक्यावर घेऊन गोंधळ घालत असेल तर तिचा गलथानपणा पतीसाठी कटकटीचा ठरतो, हे तिने विसरून कसं चालेल? वागण्यातल्या या आणि अशा छोट्या-मोठ्या उणिवांचा इश्यू करू नये यातच खरा सुज्ञपणा आहे. उलट 'असा आहे माझा जीवनसाथी' ही वास्तविकता स्वीकारून परस्परांच्या सहवासात सुखी होण्याचा जास्तीतजास्त प्रयत्न पती-पत्नींनी करावा.

१४

मैत्री : जीवन समृद्ध बनविण्याचं अनमोल साधन

मैत्री हे मनुष्याच्या सामाजिक जीवनाचं अविभाज्य अंग आहे. मैत्री प्रस्थापित होण्याची सुरुवात तशी लहानपणीच होत असते. विशेषतः शालेय जीवनात पदार्पण केल्यावर सहाध्यायांच्या संपर्कात सतत राहावं लागल्याने काहीजणांशी आपली जवळीक निर्माण होते आणि ते आपले मित्र बनतात. अर्थात शालेय शिक्षण संपल्यावर त्यांच्यापैकी बऱ्याचजणांपासून आपण इतके दुरावतो की, नंतर क्वचितच त्यांच्या भेटीचा योग जुळून येतो.

मात्र, शालेय जीवनातल्या मैत्रीत एक आगळाच सच्चेपणा आणि निरागसता बरेचदा बघायला मिळते. एरवी आपला विश्वास बसणार नाही एवढी आपुलकी, स्नेह आणि कळकळ ही या मैत्रीची वैशिष्ट्यं असतात. बंगालमधील एका गावातल्या शाळेत एकाच वर्गात शिकणाऱ्या दोन विद्यार्थ्यांमध्ये अशीच आगळीवेगळी मैत्री होती. दोघंही अतिशय बुद्धिमान होते. एकाचं नाव रघुनाथ होतं, तर दुसऱ्याचं निमाई. न्यायदर्शनाच्या अभ्यासात दोघंही अग्रेसर होते. त्यांच्या बुद्धिमत्तेने प्रभावित होऊन शाळेच्या मुख्याध्यापकाने दोघांनाही न्यायदर्शनाचे स्वरूप स्पष्ट करणारं लिखाण करावयास सांगितलं. पुस्तकाच्या स्वरूपात हे लिखाण करावं अशी सूचना त्यांना देण्यात आली. या दोन पुस्तकांपैकी जे उत्कृष्ट ठरेल त्याला पुरस्कार देण्यात येईल, असंही मुख्याध्यापकांनी सांगितलं. दोघांनीही रात्रंदिवस परिश्रम घेऊन लिखाण पूर्ण केलं; पण ते दोघंही जिवलग मित्र होते व म्हणून आपलं लिखाण थेट मुख्याध्यापकाला सादर न करता दोघांनीही एकमेकांचं लिखाण वाचायचं आणि नंतरच मुख्याध्यापकांच्या हाती सुपूर्द करायचं असं त्यांनी ठरवलं. प्रत्येकाने दुसऱ्याचं लिखाण वाचणं सुरू केल्यावर आपल्या लिखाणापेक्षा मित्राचं लिखाण कितीतरी पटींनी सरस आहे असं रघुनाथला जाणवलं. अतिशय निराश होऊन तो निमाईला म्हणाला, ''मित्रा, तुझ्या लिखाणापुढे माझं लिखाण इतकं सुमार आहे की, त्या दोघांची तुलनाच होऊ शकत

नाही.'' हे ऐकून आपला मित्र स्वतःचं लिखाण चांगलं नाही या भावनेने दुःखी झालेला आहे, हे निमाईच्या लक्षात आलं. आपल्या मित्राची खिन्नता आपण नाहीशी केलीच पाहिजे, असा त्याने निश्चय केला, म्हणूनच तो रघुनाथला म्हणाला, ''तुझं दुःख हलकं व्हावं म्हणून आपण नौकाविहार करू.'' त्यांची नाव तलावाच्या मध्यभागी येताच निमाईने आपला अभ्यासपूर्ण ग्रंथ पाण्यात भिरकावून दिला. हे पाहताच रघुनाथ आश्चर्यचकित झाला. निमाई रघुनाथला म्हणाला की, ''जे लिखाण माझ्या मित्राच्या नावलौकिकात बाधा आणणार आहे ते काय कामाचं?'' हे ऐकून रघुनाथ इतका भारावून गेला की, त्याने निमाईचे पाय धरले. मैत्रीखातर केलं गेलेलं हे बलिदान अभूतपूर्वच म्हणावं लागेल. अर्थात हा त्यागी मित्र दुसरा तिसरा कोणी नसून सर्वांना वंदनीय असलेले श्री चैतन्य महाप्रभू होते.

लहानपणी प्रस्थापित झालेल्या मैत्रीचे पाश इतके घट्ट असतात की, एखाद्या कार्यप्रसंगी जेव्हा अनेक वर्षांनंतर दोन शालेय मित्र एकमेकांना भेटतात तेव्हा त्यांना अतिशय आनंद होतो, कारण ते एकमेकांना विसरलेले नसतात व या पुनर्भेटीमुळे त्यांच्या मैत्रीचं नूतनीकरण घडून येतं. तरीही ज्याची आपल्याशी कित्येक वर्षे भेट झालेली नसते अशा जुन्या मित्राकडे आपणहोऊन जाणं बरेचजण टाळतात, कारण त्याने ओळखच दाखवली नाही तर... अशी धास्ती त्यांना वाटत असते. पण प्रत्यक्षात अशी शंका खरी ठरेलच असं नाही. एकदा एकजण ज्या शहरातील एका शाळेतून मॅट्रिक झाला त्याच शहरात नोकरीच्या निमित्ताने परत आला. एक दिवस टेलीफोन डिरेक्टरी चाळत असताना त्याला एका डॉक्टरचं म्हणजे मेडिकल प्रॅक्टिशनरचं नाव दिसलं. हा डॉक्टर अन्य कोणीही नसून आपला शालेय मित्रच आहे हे त्याला जाणवलं. त्याचं नाव इतर नावांपेक्षा वेगळं आणि काहीसं अप्रचलित असं होतं आणि शाळेत असताना हे त्याला नेहमी जाणवायचं. या आपल्या मित्राशी आधी फोनवर बोलून नंतर प्रत्यक्ष भेट घेण्याची तीव्र इच्छा त्याच्या मनात निर्माण झाली; पण लगेच 'सॉरी,... मला तुमची ओळख पटलेली नाही. असं त्यांनी म्हटलं तर'... या विचाराने तो अस्वस्थ झाला. असा 'इन्सल्ट' करून घेण्यापेक्षा त्याच्याशी न बोललेलंच बरं, असं त्याला वाटलं. पण मित्राशी बोलण्याची ओढ त्याला स्वस्थ बसू देत नव्हती. काय करावं?... बोलावं की बोलू नये हे तो ठरवू शकत नव्हता. असं हो-नाही करता करता शेवटी जे होईल ते पाहिलं जाईल असा निर्धार करून त्याने डॉक्टरला फोन केला. घरी असल्यामुळे डॉक्टरनेच फोन घेतला. मित्र म्हणाला, ''हॅलो, मी अनिल सरदेसाई, तुमचा शालेय मित्र.'' हे ऐकल्याबरोबर डॉक्टर एक्साइट होऊन बोलायला लागला...''अन्या, कुठे आहेस आत्ता तू? याच शहरात आहेस ना? फ्री असशील

तर आत्ताच ये ना माझ्या घरी.'' हे ऐकल्यावर मित्राला अतिशय आनंद झाला आणि क्षणाचाही विलंब न लावता ते एकमेकांना भेटले आणि त्यांच्या मैत्रीचं पुनः सुदृढ असं नूतनीकरण झालं.

मैत्रीची ही गाथा ऐकल्यावर मनोमन पटतं की, खरोखर मैत्री हे आपलं जीवन समृद्ध बनवण्याचं एक अनमोल साधन आहे. तरीही एक प्रश्न अनेकांना भेडसावत असतो, आणि तो म्हणजे 'आपला सच्चा मित्र कोणाला म्हणायचं?' हा प्रश्न उद्‌भवण्याचं कारण असं की, मजा-मौज करायला सगळेच येतात, पण अडचणीच्या वेळी फारच थोडे मदतीसाठी धावून येतात. अनेकांच्या मनात ही धारणा इतकी दृढ होऊन बसली आहे की, 'जेव्हा मदतीची गरज असते तेव्हा जो कामी पडतो तोच खरा मित्र' हीच सच्च्या मित्राची परिभाषा असल्याचं ते मानतात. पण जरा सखोल विचार केला तर हे लक्षात येईल की, संकटं किंवा अडचणींचा सामना करावा लागणं ही जरी जीवनातील वास्तविकता असली तरी जीवन म्हणजे कधीच न तुटणारी संकटांची शृंखला आहे असं मात्र म्हणता येणार नाही. कारण आपण सदैव संकटांनीच घेरलेले असतो असं नाही. अधूनमधून ती कधीतरी येतात आणि निघून जातात, म्हणूनच 'संकटकाळात जो धावून येतो तोच खरा मित्र' ही कसोटी मित्रांचा सच्चेपणा ठरविण्यासाठी पर्याप्त नाही असंच म्हणावं लागेल. मग आपला खरा मित्र कोण हे ठरवायचं तरी कसं?

आपण संकटग्रस्त असो किंवा नसो, जो नेहमी फोनवर आपली आणि आपल्या कुटुंबीयांची विचारपूस करतो आणि दिवाळी, दसरा, नूतन वर्षारंभ किंवा वाढदिवसासारख्या प्रसंगी अगदी न चुकता शुभेच्छा व्यक्त करतो ते आपल्याविषयी त्याला वाटणाऱ्या आस्थेपायीच ना! पण ही एक 'फॉर्मलिटी' म्हणून हे सर्व तो करत असणार, असा युक्तिवाद काहीजण करू शकतात. मात्र, तो खऱ्या आस्थेपायीच हे करत असल्याचं प्रमाण म्हणजे जशी सवड मिळेल त्यानुसार तो आपल्याला घरी येऊन भेटूनही जातो. म्हणूनच अशा वागण्याला 'मात्र एक औपचारिकता' असं मानून त्याकडे दुर्लक्ष करणं अनुचित ठरेल. उलट अशा साध्या गोष्टींमधून 'आपल्या जवळचं कोण' हे व्यक्त होत असतं. हे जर मान्य केलं तर 'सच्च्या मैत्रीचे निकष' असं त्यांचं वर्णन करण्यास हरकत असू नये असं सुचवावसं वाटतं.

मैत्री हे आपलं जीवन समृद्ध बनविण्याच्या संदर्भात जरी वरदान समजलं जात असलं तरी इतरांशी केलेली मैत्री टिकवून ठेवता येणं फारच महत्त्वाचं असतं. काही जणांचं याबाबत असं म्हणणं आहे की, ज्यांच्याशी आपण मैत्री करतो ती टिकवून ठेवण्यासाठी चांगल्या हॉटेलांमध्ये त्यांना पार्ट्या देणं आणि योग्य निमित्त साधून भारी

किमतीच्या वस्तू भेट देणं आवश्यक असतं; पण सर्वसाधारणपणे असं दिसून येतं की, जो आपल्याला त्याचा जिवलग मित्र समजतो तो आपल्याकडून अशी अपेक्षा पूर्ण व्हावी असं अगदी त्याच्या मनातसुद्धा कधीच म्हणणार नाही. कारण परस्परांविषयीचं प्रेम हाच खऱ्या मैत्रीचा पाया असतो, म्हणूनच 'माझ्या मित्राने मला कितीदा पार्टी दिली' किंवा 'जितके वेळा मी त्याच्याकडे जातो तितके वेळा तो माझ्याकडे येतो का?' असा हिशेब सच्चा मित्र कधीच ठेवत नाही. त्याला जेव्हा जमेल तेव्हा तो आपल्याकडे येतो आणि आपली विचारपूस करतो. कधी कधी आपल्यालाही आपल्या जवळच्या मित्राची इतक्या तीव्रतेने आठवण येते की, काही झालं तरी आज त्याला भेटायचंच असं आपण ठरवतो आणि ते कृतीत उतरवतोदेखील.

यावरून जी एक गोष्ट स्पष्ट होते ती ही की, सच्च्या मैत्रीच्या अभिव्यक्तीत कृत्रिमपणाला स्थान नसतं. याचा अर्थ खरा मित्र तोच की जो आपल्याबद्दल वाटणाऱ्या प्रेमापायी अगदी उत्स्फूर्तपणे आपल्यासाठी बरंच काही करतो आणि त्याचा हिशेबही ठेवत नाही किंवा कोणाजवळ त्यासंबंधी वाच्यताही करत नाही. प्रसिद्ध नाटककार जॉर्ज बर्नार्ड शॉ यांचा एक अतिशय जवळचा मित्र कवी होता. या आपल्या प्रतिभावंत मित्राला प्रसिद्धीच्या झोतात आणावं असं त्यांना नेहमी वाटायचं. एकदा अशी संधी चालून आली. शॉच्या मित्राने लिहिलेल्या नव्या कविता त्यांना खूप आवडल्या. 'अप्रतिम काव्य' असं त्या कवितांचं वर्णन शॉ यांनी केलं. हे सुंदर काव्य आपल्या मित्राने, विल्यम डेव्हिसने, प्रकाशित करावं असं त्यांनी मित्राला सुचवलं; पण पैशाअभावी हे मला शक्य होणार नाही अशी खंत डेव्हिसने व्यक्त केली. शॉ यांनी त्याला लगेच पैसे दिले आणि कविता प्रकाशित करण्याची विनंती केली. काव्यसंग्रह छापण्याच्या कामाला सुरुवात झाली आणि बर्नार्ड शॉ सारख्या ख्यातनाम साहित्यिकाला- आपल्या सच्च्या मित्राला- तो समर्पित करावा असं डेव्हिसने ठरवलं; पण कशी कोण जाणे ही बातमी शॉच्या कानावर आली. एवढा मौल्यवान ग्रंथ एखाद्या व्यक्तीला अर्पण करण्याऐवजी राष्ट्राला अर्पण करावा, असं त्यांनी मित्राला सांगितलं, कारण एवढी श्रेष्ठ रचना ही मौल्यवान राष्ट्रीय संपत्ती असून ती राष्ट्रालाच समर्पित केली जावी असं त्यांचं ठाम मत होतं. शॉच्या या कृतीतून मैत्रीतला सच्चेपणा किती उंच पातळी गाठू शकतो, हे दिसून येतं.

खरोखर, मैत्री हे प्रत्येकाला लाभलेलं वरदानच आहे. दैनंदिन जीवनात अनेक छोट्या-मोठ्या समस्यांचा सामना आपल्याला करावा लागतो जरूर, पण त्यांना सामोरे जाताना आपण एकटेच नसून आपल्या जिवाभावाचे मित्रही आपल्या पाठीशी आहेत या जाणिवेने आपण निश्चिंत बनतो. 'तू टेन्शन घेऊ नकोस, यातून काय मार्ग

निघतो का, ते आपण बघू.' असं मित्रांनी म्हटलं की, आपल्याला हायसं वाटतं. मित्रांच्या अशा आधारामुळे आपला आत्मविश्वास बळावतो आणि खचून न जाता मार्ग शोधण्यात आपण यशस्वी होतोसुद्धा. एकट्याने एका ठरावीक चाकोरीतून मार्ग शोधण्याचा विचार करणं आणि अनेकांनी एकत्र येऊन त्यासंबंधी विचार करणं यात नाही म्हटलं तरी बराच फरक पडतो.

शेवटी, आपलं भावनिक जीवन समृद्ध बनवण्यात मैत्रीचा फार मोलाचा वाटा असतो हे विसरून चालणार नाही. असं असूनही वेळेच्या अभावी मैत्री करणं आणि ती वाढवणं मला शक्य नाही असं बरेचजण म्हणताना आढळतात; पण ही सबब पटण्यासारखी नाही. कारण जे आपल्याला मनापासून आवडतं ते वेळात वेळ काढून आपण करतोच ना? मग मैत्रीच्याच बाबतीत ही पळवाट कशाला? मनात दृढ इच्छा बाळगली तर मैत्री करणं, ती वाढवणं आणि टिकवून ठेवणं कोणालाही अशक्य नाही.

१५

भेटवस्तू : आपुलकीचं प्रतीक

आपुलकीचं प्रतीक म्हणून इतरांना अधूनमधून भेटवस्तू देणं ही आपल्या जीवनातील एक नित्याची बाब आहे. 'वाढदिवस' किंवा 'विवाह दिन' यासारखं निमित्त साधून, ज्यांना आपण आपल्या जवळचं मानतो त्यांना, अशा भेटवस्तू आपण देत असतो. अर्थात ज्या भेटवस्तू इतरांना आपण देणार असतो त्या त्यांच्यासाठी योग्य ठरतील की नाही, हा विचार करूनच त्यांची निवड व्हायला हवी. पण ही निवड कोणत्या निकषांवर करायची हा या संदर्भातील महत्त्वाचा प्रश्न सर्वांनाच भेडसावत असतो.

तरीही भेटवस्तूंची निवड करताना जो एक निकष बरेचजण वापरतात, तो म्हणजे आर्थिक मूल्य. साहजिकच जी वस्तू महाग आहे ती 'भारी' समजली जाते. अशी किमती वस्तू कोणालाही आवडणारच असं समर्थन हा निकष वापरणारे लोक करत असतात; पण किंमत भारी आहे म्हणून ज्याला आपण ती देणार असतो त्याला आवडेलच, हे कशावरून? शिवाय आपण निवडलेली वस्तू इतकी महाग असू शकते की, ती विकत घेणं अशक्य बनतं. अशा वेळी दुसरी पर्यायी वस्तू कोणती निवडावी हे ठरवणं अशक्य होऊन बसतं? शिवाय ही वस्तू आधी ठरवलेल्या वस्तूच्या तुलनेत स्वस्तच राहणार असल्यामुळे ती विकत घेऊच नये असं वाटायला लागतं. पण पर्यायी वस्तू म्हणून एखाद्या वस्तूची निवड तर करावी लागणारच ना! अर्थात हा निर्णय जोपर्यंत समाधानकारक ठरत नाही तोपर्यंत संबंधितांना चैन पडत नाही, म्हणूनच ही अवस्था त्रस्त करणारी ठरू शकते.

एकदा अशीच अवस्था एकाच्या बाबतीत उद्‌भवली होती. बायकोच्या वाढदिवशी तिला सोन्याचं नेकलेस, अन् तेही भारी, देण्याचं बरेच दिवसांपासून त्याच्या मनात घोळत होतं. मात्र वाढदिवशीच तिला हे 'सरप्राईज' द्यायची त्याची योजना होती. पण नेकलेसचे प्रकार आणि किमती याबद्दल अंदाज घेण्यासाठी जेव्हा तो सोन्याचांदीच्या वस्तूंची विक्री करणाऱ्या दुकानांमध्ये गेला तेव्हा कमीतकमी किमतीचं नेकलेस घेणंसुद्धा

आपल्याला परवडण्यासारखं नाही हे त्याच्या लक्षात आलं. नाइलाजाने येणाऱ्या वाढदिवशी बायकोला नेकलेस भेट देण्याचा निर्णय त्याला रद्द करावा लागला. पुढे कधीतरी ही भेटवस्तू तिला देऊ असं त्याने ठरवलं. अर्थात वाढदिवशी तिला काय द्यायचं हा प्रश्न होताच. वाढदिवस जवळ येऊन ठेपला होता व म्हणून हा प्रश्न तो ताटकळत ठेवू शकत नव्हता. मात्र, दुसरी कोणती वस्तू तिच्यासाठी निवडावी हे त्याला सुचत नव्हतं. अशा गोंधळलेल्या अवस्थेतच वाढदिवसाच्या आदल्या दिवशी तो एका मोठ्या डिपार्टमेंटल स्टोअरमध्ये शिरला. बऱ्याच वस्तू पाहून झाल्यावर एका वस्तूची त्याने निवड केली आणि गिफ्ट पेपरमध्ये पॅकिंग करवून घेतलं. घरी आल्यावर ती वस्तू त्याच्या ऑफिसबॅगमध्येच त्याने राहू दिली. बायकोला नेकलेस देऊन खूश करण्याचं स्वप्न उधळलं गेल्यामुळे तो दुःखी झाला होता. उद्याच तिला आज आणलेली वस्तू देऊ असं त्याने ठरवलं. दुसऱ्या दिवशी संध्याकाळी ती वस्तू त्याने तिला 'सप्रेम भेट' म्हणून तिच्या हाती सुपूर्द केली. तिने लगेच गिफ्टपेपरचं वेष्टन उघडलं आणि आत काय आहे हे निरखून बघितलं. दुसऱ्या क्षणी 'अय्या, किती छान!' असं उस्फूर्तपणे ती उद्गारली. तिला अतिशय आवडणाऱ्या 'मिराज-ए-गझल' या आशा भोसले आणि गुलाम अली यांनी गायलेल्या गझलांची ती सीडी होती. नवऱ्याकडून मिळालेली ही गिफ्ट पाहून तिला अतिशय आनंद झाला. ही सीडी कित्येक दिवसांपासून कुठे मिळते का, याचा शोध ती घेत होती. 'सध्या ती सीडी उपलब्ध नाही' हेच उत्तर तिला सगळीकडून दिलं जात होतं. अशी ही दुर्मीळ, पण आपल्याला अतिशय प्रिय वस्तू नवऱ्याने आपल्या वाढदिवशी भेट दिल्यामुळे ती अतिशय भारावून गेली. तिची ही अनपेक्षित प्रतिक्रिया पाहून भेटवस्तूच्या आर्थिक मूल्यापेक्षा तिचं भावनात्मक मूल्य अधिक श्रेष्ठ असतं याची प्रचिती त्याला आली. खरोखर, आपण इतरांना जी भेटवस्तू देतो ती त्यांच्यासाठी अगदी 'खास' ठरणारी असेल तर तिची किंमत किती आहे किंवा आर्थिक मूल्य काय आहे हा प्रश्न अतिशय गौण ठरतो.

म्हणूनच कोणाला काय आवडतं इकडे बारकाईने लक्ष देऊन इतरांना भेटवस्तू देण्यावर आपला कटाक्ष असायला हवा. अन्यथा, आपण दिलेली भेटवस्तू कितीही महागडी असली तरी त्यांच्यासाठी ती निरर्थक ठरू शकते. ज्याला भेटवस्तूंच्या निवडीतलं हे मर्म कळलं तो उगाच महागड्या भेटवस्तूंच्या मागे लागत नाही. आपल्या नातवंडांना अधूनमधून काही ना काही द्यावं असं बहुधा सर्वच आजी-आजोबांना वाटत असतं. म्हणूनच सोन्याचा गोफ, अंगठी किंवा चांदीची भांडी यासारख्या वस्तू देण्यासाठी योग्य त्या मुहूर्तांची ते वाटच बघत असतात. आपल्या नातीला हस्ताक्षर सरावासाठी एका उत्तम इंकपेनची गरज आहे, हे ज्या आजी-आजोबांच्या ध्यानात

येतं ते तिला सोन्याचा गोफ देण्याच्या मुहूर्ताची वाट पाहात बसत नाहीत. उलट तिच्या या तात्कालिक गरजपूर्तीकडे कोणी फारसं गंभीरपणे लक्ष देत नाही, हे जाणवताच अधिक उशीर न होऊ देता लगेच तिला हवं असलेलं इंकपेन गिफ्ट म्हणून देतात. खरं तर एका उत्तम इंकपेनची तिला सध्या तीव्र गरज आहे याची दखल घेऊन ते तिला लगेच मिळणं महत्त्वाचं असल्याची वस्तुस्थिती त्यांनी समजून घेतलेली असणं हे तिच्या भावनांची ते किती कदर करतात याचं द्योतक आहे, म्हणूनच इंकपेनची त्यांनी दिलेली गिफ्ट तिच्यासाठी अमूल्य ठरते.

मात्र, बरेचजण इतरांना भेटवस्तू देण्यासाठी योग्य निमित्त शोधत असतात. वस्तुतः अशा निमित्तांची वाट पाहून वेळ गमावण्यात काहीच अर्थ नसतो, कारण भेटवस्तू देताना दिरंगाई न होऊ देणं महत्त्वाचं असतं. जेव्हा एखाद्याला एखादी भेटवस्तू देण्याचं आपण ठरवतो तेव्हा ती जर लगेच दिली गेली नाही, तर नंतर त्या वस्तूचं महत्त्व नाहीसं होऊ शकतं. म्हणूनच परदेशात उच्च शिक्षणासाठी गेलेला नातू शिक्षण संपवून जेव्हा स्वदेशी परत येतो, तेव्हा त्याने आजी-आजोबांसाठी गिफ्ट म्हणून त्यांना देण्यासारखं काहीतरी आपल्याबरोबर आणलेलं असणं त्याच्याकडून अपेक्षित असतं. पण त्यांना रुचेल असं परदेशातून आणण्यासारखं त्याला काही मिळू शकलं नाही, हे त्याने त्यांना सांगणं बरं दिसणार नाही. कदाचित याचं काहीतरी समर्थन करून किंवा याबाबत कोणतीच वाच्यता न करता त्याने वेळ मारून नेलेली असू शकते. पुढे कधीतरी याची भरपाई म्हणून जेव्हा तो त्यांना एखादी स्वदेशी गिफ्ट देण्याचं ठरवतो तेव्हा वेळ निघून गेलेली असते. आता आजी-आजोबांना अशा गिफ्टमध्ये स्वारस्य उरलेलं नसतं. त्यांना आता देऊ केलेल्या गिफ्टबाबत त्यांनी जी उदासीनता दाखविलेली असेल ती अगदी स्वाभाविक आहे, असंच म्हणावं लागेल.

कधी कधी आपल्या जवळच्या व्यक्तीच्या जे ध्यानीमनी नाही, पण तरीही ते तिला हवं आहे, असं अनपेक्षितपणे तिला भेटवस्तू म्हणून काही दिलं तर अशा कृतीतून एक आगळाच परिणाम साधता येतो. 'माझ्या काचेच्या डायनिंग टेबलसाठी नवीन ज्यूट मॅट्स मला घ्यायच्या आहेत' असं आपल्या भावाजवळ एक विवाहित बहीण एकदा सहज बोलून गेली. पण ही वस्तू अगदी तातडीने घेण्याची आवश्यकता नसल्याने ती हे नंतर पार विसरून गेली. मात्र, भावाने हे नीट लक्षात ठेवून काही दिवसांनी तिला हव्या असलेल्या नवीन घडणीच्या मॅट्स भेट म्हणून दिल्या. आश्चर्यचकित झालेल्या बहिणीने, 'तुला कसं कळलं दादा की, नेमक्या याच मॅट्स मला हव्या होत्या?' असं भावाला विचारलं. अर्थात भावाकडून मिळालेल्या भेटवस्तूमुळे तिच्या चेहऱ्यावरून ओसंडून वाहणारा आनंद ती थोपवू शकली नाही.

'इतरांबद्दलच्या आपल्या मनातील आपुलकीचं प्रतीक' असं जरी सामान्यतः भेटवस्तूंचं वर्णन केलं जात असलं, तरी कधी कधी एखाद्याने दुसऱ्या कोणाला दिलेल्या भेटवस्तूमागील उद्दिष्ट वेगळंच असू शकतं. अमेरिकेचे भूतपूर्व राष्ट्राध्यक्ष आयसेन हॉवर यांनी हे एकदा अनुभवलं होतं. एक छानसा झाडू त्यांना कोणीतरी भेट म्हणून दिला आणि तो त्यांनी त्यांच्या कार्यालयातील एका शोकेसमध्ये ठेवून दिला. त्यांच्याकडे कामानिमित्त येणाऱ्या सर्वांचं लक्ष त्या झाडूकडे जायचं आणि तो पाहून ते आश्चर्यचकित व्हायचे; पण 'हा झाडू तुम्ही शोकेसमध्ये कशासाठी ठेवलेला आहे?' असं विचारायची कोणाचीही हिंमत होत नव्हती. ही गोष्ट आयसेन हॉवर यांच्या लक्षात आली आणि त्यासंबंधीचा खुलासा करायचं त्यांनी ठरवलं. एका चिठ्ठीवर त्यांनी त्याबाबत लिहिलं आणि चिठ्ठी झाडूजवळ ठेवून दिली. त्यातील मजकुराचा आशय असा होता : 'ज्या अनेक चांगल्या भेटवस्तू मला मिळाल्या त्यात या झाडूचाही समावेश होता. झाडूसोबत एक पत्रही भेटवस्तू देणाऱ्याकडून मला मिळालं. निवडणुकीच्या आधी प्रचार सभांमधून प्रशासनातील आणि राष्ट्रीय जीवनातील घाण दूर करण्याचं जे आश्वासन मी दिलं होतं त्याची सदैव आठवण राहावी म्हणून हा झाडू मला भेट म्हणून दिला जात असल्याचं पत्रात म्हटलं होतं. या पत्रामुळे मी अतिशय प्रभावित झालो. माझ्या कर्तव्याची आणि जबाबदारीची मला नेहमी आठवण रहावी म्हणून मी ही अनमोल भेटवस्तू या शोकेसमध्ये ठेवली आहे. दररोज ती माझ्या दृष्टीस पडावी असं मला वाटतं.'

अमेरिकेच्या पूर्वाध्यक्षांना भेटवस्तू म्हणून झाडू देणे, ही घटना एक अपवादच म्हणावी लागेल. नाहीतर आपल्या आठवणीचं प्रतीक म्हणूनच एखादी भेटवस्तू आपल्यापासून दुरावणाऱ्या व्यक्तीला द्यावी असं बऱ्याचजणांना वाटत असतं. एखाद्या कार्यालयातून सेवानिवृत्त झालेल्या कर्मचाऱ्याला त्याचे सहकारी निरोप समारंभात जी एखादी भेटवस्तू देतात ती याच कारणासाठी. तसंच परिसंवादासारख्या एखाद्या कार्यक्रमात ज्या तज्ज्ञांना आमंत्रित केलं जातं, त्यांनाही एखादी भेटवस्तू म्हणजेच 'मीमेंटो' या प्रसंगाच्या स्मरणाचं प्रतीक म्हणून देण्याचा एक प्रघात रूढ आहे.

एकंदरीत, भेटवस्तूंची आदानप्रदान हा आपल्या सामाजिक जीवनाचा एक महत्त्वाचा पैलू आहे. बरेचदा भेटवस्तू अगदी साध्या आणि स्वस्त असतात; पण यामुळे त्यांचं मूल्य कमी होत नाही. उलट इतरांबद्दल वाटणाऱ्या आस्थेच्या अभिव्यक्तीचं ते एक प्रभावी माध्यम समजलं जात असल्याने प्रत्येक भेटवस्तूला एक आगळंच प्रतीकात्मक मूल्य लाभलेलं असतं. म्हणूनच इतरांकडून मिळालेल्या भेटवस्तूंची योग्य ती कदर करून त्या नीट जपून ठेवणं प्रत्येकाकडून अपेक्षित असतं.

१६

कर्तव्यपूर्तीतून आत्मोन्नती

परमात्म्याने निर्माण केलेल्या अफाट विश्वाचा आपण एक छोटा अंश असून प्रत्येकाला विशिष्ट कामगिरी पार पाडायची असते, म्हणूनच जो व्यवसाय आपल्या वाट्याला आला असेल तो व्यवस्थितपणे हाताळून त्यात उन्नती साधणं ही आपली जबाबदारी असते. व्यवसायात जे काम आपल्याला करावं लागतं ते आपल्यासाठी नियत कर्म असतं. हे नियत कर्म 'कुशलतापूर्वक पार पाडणं' म्हणजेच योग (योगः कर्मसु कौशलम्) असं गीतेत म्हटलं आहे.

व्यावसायिक काम व्यवस्थितपणे पार पाडण्याव्यतिरिक्त माता-पिता, पुत्र-कन्या, पती-पत्नी, विद्यार्थी, शेजारी, समाजाचा सदस्य आणि देशाचा नागरिक अशा कितीतरी भूमिका आपल्याला निभवाव्या लागतात. या सर्व भूमिकांशी निगडित कर्तव्यं हादेखील आपल्या नियत कर्माचाच भाग समजला जातो. म्हणूनच प्रपंचात असल्यामुळे कुटुंबीयांचं पालनपोषण, इतर कौटुंबिक जबाबदाऱ्या निभावणं, आल्या-गेल्याचं स्वागत, शेजारधर्म, समाजोपयोगी कार्य, देशसेवा इत्यादींचा अंतर्भाव आपल्या स्वकर्मात होतो. प्रत्येकाने आपल्या स्वकर्माबाबत सतर्क राहून ते व्यवस्थितपणे पार पाडलं पाहिजे, अशीच परमेश्वराची योजना असते.

आपला व्यवसाय व्यवस्थितपणे करणं हेच आपलं एकमेव कर्तव्य आहे, असं जे काहीजणांना वाटतं, ते बरोबर नाही. शिवाय व्यवसायातून पैसा मिळतो आणि पैशावरच सुख अवलंबून असतं, असं मानून व्यवसायातून जास्तीतजास्त पैसा कसा मिळवता येईल याचाच ध्यास घेणं हेही बरोबर नाही. कारण भरपूर पैसा मिळूनही एखाद्याला मानसिक समाधान मिळत नसेल तर तो सुखी आहे, असं कसं म्हणता येईल? म्हणूनच पैशाच्या मागे न लागता तो किती मिळेल हे प्रारब्धावर सोडून द्यावं. उलट आहे त्यात समाधान मानून सदैव आनंदित राहणं शिकावं. अशी वृत्ती विकसित होणं हे परमार्थाचं लक्षण मानलं जातं. अर्थात पैसा जास्त असेल तर

त्याचा उपयोग मानवतेच्या कल्याणासाठी आणि समाजोपयोगी कार्यासाठी करून आध्यात्मिक उन्नती साधता येते. पैशाचा असा विनियोग करण्याची वृत्ती असलेला एखादा माणूस धनवान नसला तरी इतरांची अडचण दूर करण्यासाठी सरसावतो, असंही कधी कधी दिसून येतं.

आपल्या विद्वत्तेमुळे सर्वांना वंदनीय ठरलेले ईश्वरचंद्र विद्यासागर एकदा रस्त्यावरून जात असताना वाटेत त्यांना अतिशय खिन्न अवस्थेत बसलेला एक माणूस दिसला. तो अतिशय दुःखी असावा, असं जाणवल्यामुळे त्यांचं अंतःकरण द्रवलं आणि ते त्याच्याजवळ गेले. त्याची विचारपूस केल्यावर त्याला आपल्या मुलीच्या लग्नात एका सावकाराकडून घेतलेलं कर्ज त्याला फेडता आलं नाही हे त्यांना कळलं. सावकाराने कोर्टात दावा टाकल्यामुळे आता आपली धडगत नाही, हे स्पष्ट दिसत असल्याने तो अतिशय दुःखी झाला होता. ईश्वरचंद्र दयेचा सागर असल्याने त्याचं हे दुःख पाहून त्यांचं अंतःकरण हेलावलं. त्यांनी कर्जाची रक्कम, त्यावरील व्याज, सावकाराचं नाव आणि पत्ता, कोर्टात ज्या तारखेला सुनावणी होणार होती ती तारीख इत्यादी माहिती त्याच्याकडून घेतली. पुढे सुनावणीच्या दिवशी तो माणूस जेव्हा कोर्टात गेला तेव्हा त्याच्या नावाचा पुकारा न झाल्याने तो आश्चर्यचकित झाला. एका भल्या माणसाने त्याचं कर्ज फेडल्यामुळे सावकाराने आपला दावा मागे घेतल्याचं त्याला नंतर कळलं. ईश्वरचंद्र धनवान नव्हते; पण दयाळू अंतःकरणाच्या या भल्या माणसाने स्वतः आर्थिक अडचण सोसून त्याला भेटलेल्या दुःखी माणसाची कर्जफेड करून त्याची मदत केली. विशेष म्हणजे कुठेही वाच्यता न करता ईश्वरचंद्रांनी हे सत्कर्म पार पाडलं. अशी गुप्तता राखणं हेही परमार्थाचं लक्षण मानलं जातं.

ईश्वरचंद्र विद्यासागरांचं वर्तन खरोखरच अनुकरणीय आहे. ते फारसे धनवान नव्हते आणि तरीही एक गरजू माणसाला आर्थिक मदत करून त्याची अडचण दूर करणं हे त्यांनी आपलं स्वकर्म मानलं. एवढंच नव्हे, तर त्यासंबंधी त्यांनी गुप्तता राखली, कारण त्यांच्या मनात त्याबद्दल तिळमात्रही अभिमान नव्हता. शिवाय त्यांचं हे कर्म नीतिधर्माला अनुसरून केलेलं व म्हणून शास्त्रविहित होतं. त्यामागील हेतू लोककल्याण हा असल्याने त्यात कुठलाही स्वार्थ दडलेला नव्हता. अशा कर्मालाच गीतेत 'निष्काम कर्म' असं संबोधण्यात आलं आहे. असली निष्काम कर्मे संचितात जमा होत नाहीत व म्हणून त्यांची फळं भोगण्यासाठी पुन्हा जन्म घ्यावा लागत नसल्याने ती मोक्षप्राप्तीसाठी साहाय्यभूत ठरतात.

निष्काम कर्माची एवढी महती लक्षात घेता, 'अमुक एक फळ मला मिळणार असेल तरच मी कर्म करेन' अशी वृत्ती ठेवू नये. उलट आपली सर्व नियत कर्मे

भगवंतानेच आपल्यावर सोपविली आहेत असं समजून ती व्यवस्थितपणे पार पाडावी. अशी वृत्ती ठेवून जर आपण आपली कर्मे केली तर आपला अंतरात्मा संतुष्ट होईल. थोडक्यात, आपला 'अहम्' बाजूला सारून परमात्म्याला 'केंद्रस्थानी' ठेवावं आणि त्याच्याच योजनेनुसार तो प्रसन्न व्हावा म्हणून आपल्यावर सोपविण्यात आलेली नियत कर्मे म्हणजेच आपली कर्तव्ये कुशलतापूर्वक पार पाडावीत.

अशा रीतीने आपण आपलं स्वकर्म पार पाडत राहिलो तर मग ते व्यवसायाशी संबंधित असो की कौटुंबिक आणि सामाजिक जीवनातील इतर भूमिकांशी; ती परमात्म्याची उपासनाच ठरते. प्रत्यक्ष देवपूजेत आपण भगवंताला गंध, अक्षता आणि फुलं अर्पण करतो; पण त्याला केंद्रस्थानी मानून त्याच्या प्रीत्यर्थ आणि तो प्रसन्न व्हावा म्हणून जेव्हा आपण आपलं स्वकर्म पार पाडत असतो तेव्हा त्याला अर्पण केलेलं प्रत्येक कर्म म्हणजे त्याला अर्पण केलेलं पुष्पच समजलं जातं.

या संदर्भात भगवान श्रीकृष्ण अर्जुनाला काय सांगतात, हे जाणून घेणं उद्‌बोधक ठरेल. भगवान म्हणतात : 'ज्या परमात्म्यापासून सर्व जिवांची उत्पत्ती झाली आहे आणि ज्याने हे संपूर्ण विश्व व्यापून टाकलं आहे, त्याची स्वकर्माने पूजा करून मनुष्य सिद्धी म्हणजेच मोक्ष प्राप्त करून घेऊ शकतो.' (यतः प्रवृत्तिः भूतानाम् येन सर्वं इदम् ततम्। स्वकर्मणा तमभ्यर्च्य सिद्धिं विन्दति मानवः ।। १८-४६) यातून जो अर्थबोध घ्यायचा तो हा की, प्रपंचातील आपली नियत कर्मे अगदी मन लावून करणं म्हणजे भगवंताची पूजाच करणं होय. मात्र, आपलं प्रत्येक कर्म हा भगवंताचा आदेश असून तो संतुष्ट व्हावा म्हणून आपल्याला ते पार पाडायचं आहे, अशी आपली धारणा असायला हवी.

एक जबाबदार नागरिक आणि ज्या समाजात आपण वावरतो त्या समाजाचा एक घटक म्हणून जनहितासाठी यथोचित प्रकल्प हाती घेऊन ते यशस्वी होण्यासाठी त्यात सहभागी होणं हाही आपल्या कर्तव्याचा भाग आहे. पण यात अंतर्भूत असलेल्या कार्यांचा व्याप इतका प्रचंड असतो की, पुरेसं बळ आणि सामर्थ्य आपल्याकडे असल्याशिवाय ती आपण व्यवस्थितपणे पार पाडू शकत नाही. पोलिओ रोगाचं निर्मूलन, महिलांवरील अत्याचारांना आळा घालणे, लिंगभेदामुळे घडून येणाऱ्या भ्रूणहत्या थांबविणे, कर्जबाजारी झालेल्या शेतकऱ्यांना आत्महत्येपासून परावृत्त करणे इत्यादींचा वर उल्लेखिलेल्या कार्यांमध्ये अंतर्भाव होतो. मात्र, ती यशस्वीपणे पार पडावी म्हणून आवश्यक असलेलं बळ कुठून येणार, हा प्रश्न शिल्लक राहतोच. अर्थात तो कसा सोडवायचा याचाही संकेत गीतेत भगवंतांनी अर्जुनाचं जे समुपदेशन केलं आहे, त्यातून मिळतो. अर्थात गीतेत अनेक ठिकाणी जे शब्दप्रयोग करण्यात

आले आहेत त्यांचा गर्भित अर्थ लक्षात घेतला तरच आपण काय करावं आणि कसं वागावं, हे आपल्याला जाणून घेता येईल.

भ्रूणहत्या थांबवणं किंवा महिलांवरील अत्याचारांना आळा घालणं यासाठी आवश्यक आहे, की यासारख्या समस्या हल्ली बळावल्या आहेत, म्हणून त्यांच्या विरुद्ध लढा देणं हे आपलं सर्वांचं कर्तव्य आहे. पण यासाठी काय केलं म्हणजे हा लढा आपण समर्थपणे देऊ शकू? यासंबंधीचंही उद्बोधन भगवंतांनी गीतेत केलं आहे. भगवान अर्जुनाला म्हणतात : 'अध्यात्मचित्ताने (म्हणजेच तुझ्या अंतःकरणात ब्रह्मचैतन्याच्या रूपात वास करणाऱ्या परमेश्वरावर चित्त केंद्रित करून) सर्व कर्मे मला (म्हणजेच परमेश्वराला) अर्पण कर आणि फळाची आशा न ठेवता कर्तेपणाचा अहंकार बाजूला सारून व विचलित न होता तू युद्ध कर.' (मयि सर्वाणि कर्माणि संनस्य अध्यात्मचेतसा । निराशीर्निर्ममो भूत्वा युद्धस्व विगतज्वर : ।। गीता, ३-३०). या अभिव्यक्तीत 'तू युद्ध कर' असं जरी अर्जुनाला उद्देशून म्हटलं गेलं असलं तरी जनहित किंवा लोककल्याणावर विपरीत परिणाम घडवून आणणाऱ्या 'समस्यांविरुद्ध लढा देणं' असा या शब्दप्रयोगाचा अर्थ आपल्यासाठी सयुक्तिक ठरेल.

लोककल्याण साधण्यासाठी भ्रूणहत्या किंवा महिलांवरील अत्याचार या सारख्या समस्यांविरुद्ध लढा देणं हे एक जबाबदार नागरिक म्हणून आपलं कर्तव्य आहे. ते परमेश्वराने आपल्यावर सोपवलं असून समर्थपणे पार पाडण्यासाठी सज्ज व्हावं अशी त्याची इच्छा आहे, असा आपला दृष्टिकोन असावा. साहजिकच या बाबतीत आपण त्याचे 'साहायक' आहोत अशी धारणा ठेवून यथाशक्ती आपण आपलं योगदान द्यावं. आपला हेतू शुद्ध असल्यामुळे कर्तव्यपूर्तीसाठी आवश्यक असलेलं बळ आपल्यात संचारेल आणि अशाच हेतूने प्रेरित झालेल्या इतरांच्या साहाय्याने आपण हाती घेतलेल्या कार्यात यशस्वी होऊ शकू. अर्थात आपल्यात संचारलेलं बळ कायम राखण्यासाठी 'वैयक्तिक पातळीवर कोणत्याही विशिष्ट फळाची आशा न बाळगणे' आणि 'कर्तेपणाचा अहंकार बाजूला सारणे' ही पथ्यं पाळणं आवश्यक आहे. शिवाय आपल्या प्रयत्नांपासून विचलित होऊ नये म्हणून आंतरिक किंवा बाह्य अडथळ्यांमुळे मनःशांती ढळू देऊ नये. समस्यांच्या विरोधात लढा देण्यासाठी हे सर्व तारतम्य बाळगावं अशी सूचना भगवंतांनी आपल्यासारख्यांना दिली आहे.

एकंदरीत, माझ्यातला 'मी' तोच, म्हणजे भगवंतच आहे असं जाणून व त्याला केंद्रस्थानी ठेवून आपलं कर्तव्य व्यवस्थितपणे पार पाडत राहावं. यामुळे यश आणि समाधान तर लाभेलच आणि मोक्षप्राप्तीच्या दिशेने वाटचालदेखील होऊ लागेल.

१७

चिरकाल टिकणारा आनंद कसा मिळवावा?

आपलं एक टुमदार घर असावं, छान अशी एक गाडी असावी आणि उच्च राहणीमानाला शोभतील अशा महागड्या वस्तू आपल्याजवळ असाव्यात असं बहुतेकांना वाटत असतं. असलं वैभव प्राप्त होणं म्हणजेच अभ्युदय होणं असं ते मानतात, आणि अशा अभ्युदय होण्यावरच सुख अवलंबून असतं अशी त्यांची धारणा असते. पण असा अभ्युदय होणं सोपं नसतं आणि म्हणून त्यासाठी संघर्ष करण्याचीही त्यांची तयारी असते. किंबहुना यासाठी ते सतत धडपडत असतात.

बाह्य वस्तूंमध्ये सुख प्रदान करण्याची ताकद असते, अशा समजापायीच सुखासाठी संघर्ष करताना अनेक लोक आपल्याला दिसतात. बरेचजण गाडी, बंगला आणि भरपूर अर्थार्जन यासारखं वैभव प्राप्त करण्यात यशस्वीही होतात; पण ते सर्व सुखी असतातच असं नाही. कारण सर्व वैभव असूनही जर एखाद्याला मनःस्वास्थ्य लाभलं नसेल तर तो सुखी आहे असं म्हणता येणार नाही. 'माझ्याकडे गाडी आहे खरी, पण इतरांकडे याहून चांगल्या गाड्या आहेत' असं जर त्याला वाटत असेल तर तो सुखी असण्याऐवजी दुःखी आहे, असंच म्हणावं लागेल. याचा अर्थ मनात समाधानी वृत्ती नसेल तर भौतिकदृष्ट्या कोणी कितीही संपन्न असला तरी तो सुखी आहे, असं म्हणता येणार नाही.

सुख ही एक मानसिक अवस्था असून तिचा शोध आतूनच घ्यावा लागतो. सुखी होणं किंवा दुःखी होणं हा मनाचा गुणधर्म आहे, म्हणूनच मन सुखावलं की आनंद मिळतो. पण हे उल्लेखनीय आहे की, जर मनाला योग्य वळण लावलं तर प्रत्यक्ष दुःख भोगत असतानाही मनुष्य आनंदात राहू शकतो. हे लक्षात घेता 'नित्य आनंद' मिळवणं किंवा 'नेहमी आनंदात राहणं' हेच प्रत्येकाचं अंतिम ध्येय असायला हवं. प्रपंचात एरवी जे सुख-दुःख आपण अनुभवत असतो त्याच्या पलीकडली ही नित्य आनंदात राहण्याची अवस्था आहे. ही जर आपण साध्य केली तर प्रत्यक्षात आपण सुखी असलो काय किंवा दुःखी असलो काय ती आहे तशीच कायम राहते.

बाह्य वस्तूंमुळे जे सुख मिळतं ते इंद्रियाधीन असतं. म्हणूनच इंद्रियं विकल झाली की या सुखापासून दुरावण्याची वेळ येते. शिवाय बाह्यसृष्टी स्थूल असते आणि त्यातल्या वस्तू नाशवंत असतात. त्या नष्ट झाल्या की त्यांच्यापासून मिळत असलेलं सुखदेखील नष्ट होतं. जरी त्या वस्तू टिकून राहिल्या तरी आपल्याला त्यांना सोडून जायची वेळ कधी ना कधी येणारच ना. मग इंद्रियांच्या सान्निध्यात येणाऱ्या वस्तूंमुळे 'खरं' सुख मिळत असतं, असं मानून आपण आपली फसवणूकच करत असतो, असं नाही का म्हणता येणार? तरीही असं सुख मिळवण्यासाठी प्रत्येकजण धडपड करत असतोच.

वस्तुतः ज्या सुखामुळे मनाला नित्य आनंद मिळेल ते सुख सनातन असायला हवं. यासाठी असं सुख ज्यातून निर्माण होऊ शकेल अशी 'वस्तू' किंवा 'उद्गमस्थान'देखील सनातनच असलं पाहिजे. असं सुख प्रदान करणारी 'वस्तू' एकच आहे, आणि ती म्हणजे भगवंत. साहजिकच 'नित्य आनंद' ज्यातून मिळू शकेल असं सनातन सुख भगवंताच्या आधारानेच मिळू शकतं. गोंदवलेकरमहाराजांसारख्या संत महात्म्यांनी जनसामान्यांचं उद्बोधन करताना यावरच भर दिला आहे.

'भगवंताला शोधायचं कुठे आणि त्याच्या सान्निध्यात यायचं ते कसं?' असा प्रश्न बहुतेक लोक विचारतील. कारण भगवंत सगुण आहे की निर्गुण आणि तो नेमका राहतो कुठे यासंबंधीच्या संभ्रमामुळे या प्रश्नाचं महत्त्व सर्वांसाठीच अनन्यसाधारण आहे. अर्थात संत-महात्म्यांसारख्या विभूतीच या बाबतीत अधिकारी मानल्या जातात आणि म्हणून त्यांची वचनं या संदर्भात प्रमाण मानली जातात. गोंदवलेकरमहाराजांनी भगवंताच्या दर्शनाबाबत काय म्हटलं आहे हे जाणून घेणं उद्बोधक ठरेल ते यासाठीच. महाराज म्हणतात, 'भगवंताच्या दर्शनासाठी त्याचं आगमन बाहेरून कधी होईल याची वाट पाहू नये. कारण तो आपल्यातच असतो.' मग त्याची आपल्यात असण्याची प्रचिती न येण्याचं कारण काय? आपलं आपल्या शरीरावर आणि वासनांवर असलेलं निस्सीम प्रेम! हे प्रेम नष्ट झाल्याशिवाय आतून शोध घेऊन तो आपल्यातच असल्याचा प्रत्यय येणार नाही.

आपल्या सर्व चेतना भगवंताचा आपल्यात वास असल्यामुळे त्याच्याकडून आपल्याला मिळतात. या चेतना नष्ट झाल्या की, आपलं जीवन संपुष्टात येतं. स्वतःच्या आणि सर्व प्राणिमात्रांमधील अस्तित्वाबद्दल अर्जुनाचं उद्बोधन करताना भगवान श्रीकृष्णाने 'जीवनं सर्वभूतेषु' असा शब्दप्रयोग केला आहे. सर्व प्राणिमात्रांचं जीवन, म्हणजेच ज्या चैतन्यामुळे ते जिवंत असतात ते चैतन्य म्हणजे 'मी'च असा स्वतःबद्दलचा उल्लेख गीतेत श्रीकृष्णाने अर्जुनाशी बोलताना केला आहे. शिवाय 'देह ठेवला' असं

जेव्हा आपण एखाद्याबाबत बोलतो तेव्हा ठेवणारा दुसराच कोणीतरी असतो, असा अर्थ येथे अभिप्रेत आहे. माझा देह म्हणजे 'मी' नव्हे हे यातून सूचित होतं; पण आपल्याभोवतीचं वासनांमुळे निर्माण झालेलं 'आसक्ती'चं वेष्टन नाहीसं झाल्याशिवाय 'आनंदमय भगवंत माझ्यातच आहे' आणि माझ्यातला खरा 'मी'सुद्धा आनंदमय आहे, हे आपल्याला समजू शकत नाही.

थोडक्यात, इंद्रियाधीन सुखाची आसक्ती नष्ट झाल्याशिवाय ज्याचा शोध आतून घ्यावा लागतो ते सनातन सुख आपल्याला मिळू शकणार नाही. ते न मिळाल्याने 'नित्य आनंद' या अवस्थेची अनुभूती येणार नाही. त्यासाठी योग्य ते प्रयत्न होणं आवश्यक आहे. सतत आनंद मिळावा यासाठी प्रयत्न करणं यालाच 'परमार्थ' म्हणतात, असं जे गोंदवलेकरमहाराजांनी म्हटलं आहे, ते प्रत्येकाने अगदी नीट ध्यानात ठेवावं.

व्यावहारिक आणि पारमार्थिक व्यक्तिमत्त्व

'नित्य आनंद' (permanent bliss) ही अवस्था साध्य करणं हे मानवी जीवनाचं अंतिम उद्दिष्ट असावं, असं भारतीय मनोविज्ञानात म्हटलं आहे. आपल्या जीवनात बऱ्या-वाईट गोष्टी नेहमीच घडत असतात. अर्थात त्या घडाव्या किंवा घडू नये यावर आपलं नियंत्रण नसतं. ही वस्तुस्थिती स्वीकारून त्यांना न घाबरता किंवा दुःखी न होता सामोरं जावं. तसंच चांगल्या गोष्टी घडल्या की त्यांच्याबाबत आनंदाचा अतिरेकही होऊ देऊ नये. ही सवय मनाला लावली तर आहे त्या परिस्थितीतही आनंदित राहता येईल. सुख आणि दुःख यांच्या प्रति 'समत्व' भाव ठेवूनच नित्य आनंदात राहणं शक्य होईल, हे या संदर्भात लक्षात घ्यायला हवं.

मात्र, सतत आनंद मिळावा यासाठी प्रयत्न केल्यानेच जीवन सार्थकी लागेल, याकडे बरेच लोक गांभीर्याने लक्ष देत नाहीत, असंच सर्वसाधारणपणे दिसून येतं. बाह्य वस्तूंचं आकर्षण आणि त्यांच्यामुळे मिळणारं सुख हेच 'खरं सुख' असा समज हेच याचं मुख्य कारण आहे. अर्थात ज्याला लोक खरं सुख मानतात ते विषयसुख असतं आणि असं सुख शाश्वत कधीच नसतं, तरीही ते मिळवण्याची लोकांची धडपड चालूच असते. भारतीय मनोवैज्ञानिक दृष्टिकोनातून बोलायचं झाल्यास बाह्य स्थूल विश्वातील विषयसुख प्रदान करणाऱ्या वस्तूंबद्दलचं आकर्षण हा आपल्या 'व्यावहारिक व्यक्तिमत्त्वा'चा स्थायिभाव होय. विषयसुखाच्या मागे लागल्याने 'सुख कमी' आणि 'दुःखच अधिक' अशी काहीशी आपली अवस्था होते, तरीही ज्या गोष्टींची कमतरता आहे ती भरून काढून सुखी व्हायचंच, अशी आपली धडपड मात्र चालूच असते.

याउलट 'नित्य आनंद' ही अवस्था प्रापंचिक सुख-दुःखापलीकडली असल्यामुळे ती प्राप्त होण्यासाठी प्रयत्नशील असणं हा आपल्या 'पारमार्थिक व्यक्तिमत्त्वा'चा स्थायिभाव होय. ही अवस्था प्राप्त करायची असेल तर आहे त्यात समाधान मानण्याची वृत्ती निर्माण व्हायला हवी. अशा समाधानी वृत्तीमुळे विषयसुखाची आसक्ती कमी व्हायला लागते. ही आसक्ती कमी झाल्याने विषयसुख प्रदान करणाऱ्या बाह्य वस्तूंचं आकर्षण कमी व्हायला लागतं. यामुळे सुख ही मनाची अवस्था असून तिचा शोध आतूनच घ्यावा लागतो, ही जाणीव प्रबळ होते.

इंद्रियाधीन विषयसुखाची आसक्ती नष्ट करून नित्य आनंदमय अवस्था अनुभवता येण्यासाठी प्रयत्नशील होणं म्हणजेच व्यावहारिक व्यक्तिमत्त्वाच्या प्रभावाखाली वावरणं बंद करून पारमार्थिक व्यक्तिमत्त्व सशक्त बनवणं. पारमार्थिक व्यक्तिमत्त्वामुळे प्रभावित होणाऱ्या वृत्ती, प्रवृत्ती आणि आचरण 'सनातन सुख आणि नित्य आनंद' हे उद्दिष्ट साध्य करण्यात साहाय्यभूत ठरू शकतात.

'नित्य आनंद' प्राप्तीची साधनं

'नित्य आनंद' ही अवस्था साध्य करणं हे जरी भारतीय मनोविज्ञानात मानवी जीवनाचं अंतिम उद्दिष्ट मानण्यात आलं असलं, तरी कोणत्या साधनांमुळे ते शक्य होईल, हे जाणून घेण्यासाठी दर्शनांसारख्या प्राचीन भारतीय ग्रंथांचा आधार घेणं क्रमप्राप्त आहे. कारण विषयसुख प्रदान करणाऱ्या बाह्य वस्तूंकडे आकर्षित होणाऱ्या मनाला आवर घालून अंतरंगाकडे कसं वळवायचं, हे या ग्रंथांमध्ये निर्देशित करण्यात आलं आहे. पण हे ज्ञान मनोविज्ञानाच्या कक्षेबाहेरील आहे असं मानून ते वर उल्लेखित ध्येयसिद्धीसाठी कसं उपयोगात आणायचं ही एक स्वतंत्र बाब आहे, असा दृष्टिकोन स्वीकारून त्याकडे दुर्लक्ष होता कामा नये. उलट मनोविज्ञान आणि दर्शन यांच्यात समन्वय साधून आपल्या व्यक्तिमत्त्वाची पारमार्थिक बाजू सशक्त कशी बनवता येईल यासंबंधीचा पाठपुरावा केला जावा. ज्या दर्शनांचा या संदर्भात विशेषत्वाने उल्लेख करता येईल ती म्हणजे 'वेदान्त' आणि 'योग'.

भारतीय दर्शनांमध्ये पारमार्थिक व्यक्तिमत्त्व सुदृढ बनवण्याच्या संदर्भात ज्या प्रमुख साधनांचा उल्लेख केलेला आढळतो, ती म्हणजे कर्ममार्ग, योगमार्ग, ज्ञानमार्ग, आणि भक्तिमार्ग. पण यांचं स्वरूप जाणून घेण्यापूर्वी 'परमार्थ' म्हणजे काय हे नीट समजून घेणं आणि तेही अगदी थोडक्यात, आवश्यक आहे. या संबंधीचं उद्बोधन गोंदवलेकरमहाराजांनी अतिशय सोप्या भाषेत केलं आहे.

परमार्थ म्हणजे वृत्ती सुधारण्याचा अभ्यास. जीवनात सर्वच गोष्टी आपण म्हणू त्याप्रमाणे कशा घडतील? आपल्याला 'हवं तसं न घडणं' किंवा जे 'घडू नये असं

वाटतं नेमकं तेच घडणं' असे अनुभव आले की आपण दुःखी होतो. शिवाय 'पुढे काय होणार आहे' यासंबंधीच्या अनिश्चिततेमुळे काळजीसुद्धा वाटत असते. याउलट हवं तसं घडलं तर आपण आनंदित होतो आणि कधी कधी सुखद घटनांमुळे आनंदाचा अतिरेकसुद्धा होऊन जातो. खरं तर सुख-दुःखाकडे समत्वाचा भाव ठेवून बघायला हवं. वृत्ती सुधारण्याचा अभ्यास म्हणजेच सुख आणि दुःख यांच्याप्रति समत्व भाव ठेवून जे जे घडतं त्याला सामोरे जायला शिकणं. यालाच वृत्ती सुधारणं असं म्हटलं जातं. वृत्ती अशा तऱ्हेने सुधारता आली तर अंतर्यामी स्थिर होणं, स्वस्थता येणं आणि दगदग सोडणं हे परिणाम साधता येतील. शिवाय आचरण शुद्ध व्हावं म्हणून नीतिधर्माचं पालन करणं, सर्वांशी प्रेमाने वागणं आणि लोकांना मदत करणं हाही परमार्थच होय. एवढंच नव्हे, तर आहे त्यात समाधान मानणं, कोणाचाही द्वेष किंवा मत्सर न करणं, आणि कर्तेपणाचा भाव न ठेवता निरभिमानी राहणं हेही परमार्थाचंच लक्षण मानलं जातं. थोडक्यात, सुख आणि दुःख यांच्याप्रति समत्व भाव ठेवून जे जे घडतं त्याला सामोरं जाणं, आचरण शुद्ध व्हावं म्हणून नीतिधर्माचं पालन करणं आणि कर्तेपणाचा अभिमान न बाळगणं या अशा वृत्ती आहेत की ज्या अंगीकारल्यामुळे चित्तशुद्धी होऊन आपल्या अंतर्मनाचा किंवा अंतरंगाचा ठाव आपण घेऊ शकतो. परिणामतः आपल्यातला खरा 'मी' कसा आहे याची जाणीव होऊ लागते. हा खरा 'मी' म्हणजेच निर्गुण, निराकार आणि शाश्वत असा आपला 'जीव' किंवा 'आत्मा'. शरीरातलं 'चैतन्य' किंवा 'जिवंतपणा' म्हणजेच आत्मा. पण आपल्या सर्व चेतना भगवंताकडून मिळत असल्याने भगवंतही आपल्यातच असतो. मात्र, 'ब्रह्मचैतन्य' असं त्याचं स्वरूप आहे. भगवंत ही एकच अशी गोष्ट आहे की जी 'सनातन' आहे. म्हणूनच 'सनातन ब्रह्म' असंही भगवंताच्या स्वरूपाचं वर्णन केल जातं. ब्रह्मचैतन्यरूपी भगवंत नित्य आनंदमय असतो असं म्हटलं जातं. आपल्या शरीरात वास करणारा 'आत्मा' हा 'ब्रह्मा'चाच अंश मानला जातो. म्हणूनच आत्मासुद्धा नित्य आनंदमय आहे, असा त्याच्या स्वरूपासंबंधी उल्लेख आध्यात्मिक ग्रंथांमध्ये आढळतो. हे लक्षात घेता आपल्यातला खरा 'मी' (जीवात्मा) आणि 'भगवंत' (ब्रह्म) एकच आहेत, अशी अनुभूती जेव्हा येते, तेव्हा दोघांमध्ये ऐक्य निर्माण होऊन आपण जीवनमुक्त होऊ शकतो.

एकंदरीत, देहाचं आणि वासनांचं प्रेम नष्ट करून व नीतिधर्मयुक्त आचरण करून चित्तशुद्धी साधता येते. चित्तशुद्धीशिवाय आपल्यातच स्थित अशी आनंदमय अवस्था आपण गाठू शकत नाही. या आनंदमय अवस्थेची अनुभूती येणं म्हणजे आपल्यातच वास करणाऱ्या भगवंताचं दर्शन होणं. खरोखर, भगवंताचं दर्शन होण्यासाठी

त्याचं आगमन बाहेरून कधी होईल याची वाट पाहण्याची गरज नसते. तो आपल्यातच असल्यामुळे आतूनच त्याचा शोध घ्यावा लागतो.

एवढी पार्श्वभूमी लक्षात घेतल्यावर कर्ममार्ग, ज्ञानमार्ग, योगमार्ग आणि भक्तिमार्ग यांचं स्वरूप जाणून घेणं उद्‌बोधक ठरेल. कर्ममार्गात आपलं नियत कर्म, म्हणजेच आपल्यासाठी जे निश्चित झालेलं आहे, ते कुशलतापूर्वक केलं जात आहे की नाही यावर भर दिला जातो. म्हणून नुसत्या कर्ममार्गाचं अनुसरण करणारा साधक आपलं कर्म बरोबर झालं आहे की नाही याचाच पाठपुरावा करण्यात गुंतलेला असतो आणि त्याच्या या नादात त्याला भगवंताचा विसर पडतो. ज्ञानमार्गात आपलं खरं आत्मस्वरूप कोणतं यासंबंधीच्या विचाराला प्राधान्य दिलं जातं. त्यामुळे यात बुद्धीचा कस लागत असतो व म्हणून बुद्धीच्या सामर्थ्यावरच यात विशेष भर असतो. मायेला वश झाल्यामुळे आपल्या आत्मस्वरूपाबाबत आपण अज्ञानी असतो, म्हणूनच आपल्याला आपल्या खऱ्या स्वरूपाची जाणीव होणे याचंच नाव ज्ञान. तथापि, फक्त ज्ञानयोग अनुसरला तर मायेचा पगडा विलक्षण असल्यामुळे ती साधकाला कधी फसवेल याचा नेम नाही. म्हणून ज्ञानी माणूस अहंकाराने पछाडला जाऊ शकतो. यामुळे ईश्वरप्राप्तीच्या प्रयत्नांमध्ये बाधा निर्माण होते. योगमार्गात चित्तवृत्तीची एकाग्रता साधण्यावर भर दिला जातो. म्हणून महर्षी पतंजलीने 'योगः चित्तवृत्ती निरोधः' असं योगाचं वर्णन केलं आहे. यात यम, नियम, आसन, प्राणायाम, प्रत्त्याहार, धारणा आणि ध्यान इत्यादी साधनांच्या साहाय्याने वृत्तींना आवरून धरण्याचा अभ्यास केला जातो. चित्तवृत्ती नियंत्रित झाली की, मन शून्याकार होतं; पण वृत्ती आवरणाऱ्या साधकाला भगवंताचं प्रेम असेलच असं नाही.

भक्तिमार्गात 'भक्ती' याचा अर्थ भगवंतावर निरपेक्ष आणि निरतिशय प्रेम करणं असा केला जातो. नामसाधनाने हे प्रेम वृद्धिंगत होत जातं. नाम म्हणजे भगवंताचं नाव. हे नाव सतत घेतल्याने देहबुद्धीचा विसर पडून देहाच्या पलीकडे म्हणजेच सूक्ष्माकडे जाता येतं. आपण देवाचं नाव घ्यावं, आपल्या कानाने ते ऐकावं आणि स्वतःला विसरून जावं, याचा अर्थ सतत नाम घेत राहण्याची परिणती अनन्य शरणागतीत होऊन साधक चैतन्यरूपी भगवंताशी तद्रूप होतो. 'मी' पणा टाकून देऊन साधक आता परमात्म्याचा बनतो. आता साधकातला आत्मा परमात्म्यामध्ये विलीन होऊन जातो. अशी अवस्था प्राप्त होणं म्हणजेच वासनाबीज नष्ट होऊन आत्मज्ञानी होणं. या प्रक्रियेचा उगम प्रेमभावात असून हे प्रेम निरपेक्ष असल्याने त्यात स्वार्थाचा लवलेशही नसतो, म्हणूनच भगवंताविषयीच्या प्रेमातून भक्तिमार्गी साधकात आत्मज्ञानी होण्याचं सामर्थ्य विकसित होतं.

भक्तिमार्ग सर्वांना सुलभ ठरणारा आहे. भक्ती म्हणजे आत्यंतिक प्रेम. ही भावना सर्वांच्याच मनात असते. ती भगवंताकडे तीव्र आणि एकाग्र केली की भक्ती झाली. हे कोणालाही शक्य आहे व म्हणून भक्तिमार्ग सर्वात उत्तम आहे. तथापि, भक्तिमार्गाला कर्ममार्गाची जोड मिळाल्यास ते अधिक श्रेयस्कर ठरेल. तसंही प्रपंचातील प्रत्येकाला विविध भूमिकांशी संबंधित जी कर्तव्ये पार पाडावी लागतात, ती त्याच्या नियत कर्माचाच भाग समजला जातो. या नियत कर्माचा अंतर्भाव त्याच्या स्वकर्मात होतो. हे स्वकर्म शुद्ध बुद्धीने आणि स्वतःचं कर्तव्य म्हणून फलेच्छाविरहित भावनेने पार पाडलं जावं, अशी भगवंताची योजना असते. म्हणूनच ईश्वराप्रीत्यर्थ आणि तो संतुष्ट व्हावा म्हणून पार पाडलेलं स्वकर्म ही त्याची भक्ती बनते. याचा अर्थ फलेच्छाविरहित, म्हणजेच निष्काम भावनेने कर्म करणाऱ्यांच्या जीवनात भक्ती आणि ज्ञान आपोआप स्रवू लागतात. गोरा कुंभार आणि सावता माळी यांच्यासारख्या साधकांनी आपलं नियत कर्म व्यवस्थितरीत्या पार पाडून भक्तिमार्ग आणि ज्ञानमार्गात प्रवेश केला. त्या सर्वांना अर्थातच नित्य आनंद ही अवस्था ते ब्रह्मात विलीन झाल्यामुळे प्राप्त झाली.

व्यक्तिमत्त्व विकासासाठी उपयुक्त पुस्तके

क्र.	पुस्तकाचे नाव	किंमत ₹.
१	तुम्ही घडवलं आम्हांला	२००/-
२	सुदृढ मानसिकतेसाठी	१००/-
३	मोबाईल एमबीए	२९५/-
४	कोणत्याही परिस्थितीत ठाम कसे रहावे	२२५/-
५	मी जिंकणारचं !	१३०/-
६	ताण : विमनस्क अवस्थेतून तोल सावरण्यापर्यंत	२००/-
७	उत्कृष्टतेकडे...	१५०/-
८	कला संभाषणाची	१००/-
९	भावनिक बुद्धिमत्ता	२९५/-
१०	यशाकडे भरारी	८०/-
११	थिंकिंग क्रिएटिव्हली ॲट वर्क	२५०/-
१२	यशोगाथा उद्योजकांची	१८०/-
१३	A Practical Grammar of Spoken English	१२५/-
१४	Speak with Confidence	६०/
१५	नोकरी मिळवाल कशी? टिकवाल कशी?	६०/-
१६	अधिक प्रभावी संवाद	२२५/-
१७	बिर्ला : कहाणी उद्योगाची आणि कुटुंबाची	१००/-
१८	कॅप्टन कूल : महेंद्रसिंग धोनीची यशोगाथा	१५०/-
१९	जॅक : स्ट्रेट फ्रॉम द गट	३५०/-

www.ingramcontent.com/pod-product-compliance
Lightning Source LLC
LaVergne TN
LVHW100351051026
849518LV00003B/988

* 9 7 8 8 1 8 4 8 3 5 5 9 5 *